எங்கே பிராமணன்?

சோ

அறிவே விளக்கு

அல்லயன்ஸ்

அல்லயன்ஸ்

[125 - வது ஆண்டை நெருங்கும் முதல் தமிழ்ப் புத்தக நிறுவனம்]

எங்கே பிராமணன்?

Enge Brahmanan?

உரிமைப் பதிவு

முதற் பதிப்பு	: 1996
இருபதாம் பதிப்பு	: 2015
இருபத்தி ஒன்றாம் பதிப்பு	: 2017
இருபத்தி இரண்டாம் பதிப்பு	: 2019
இருபத்தி மூன்றாம் பதிப்பு	: 2021
இருபத்தி நான்காம் பதிப்பு	: 2023
இருபத்தி ஐந்தாம் பதிப்பு	: 2023
இருபத்தி ஆறாம் பதிப்பு	: 2024

© பதிப்பகத்தார்

விலை : **ரூ. 350/-**

ISBN	: 978-93-6283-263-4
Total No. of Pages	: 440 Pages
Laser Typeset	: Chengamalam Enterprises, Chennai - 4
Printing	: Sree Durga Printers, Chennai - 117

THE ALLIANCE COMPANY
Publishers & Booksellers

Old No. 244, New No. 64, Ramakrishna Mutt Road,
Mylapore, Chennai - 600 004.
Tel.: 044 - 2464 1314 | Mob.: 928 928 1314
www.alliancebook.com • email: books@alliancebook.com

All rights reserved in all medias this book may not be reproduced in whole or in part, without the written permission from the publisher, except by a reviewer who may quote brief passages in a review nor may any part of this book be reproduced, stored in a retreieval system, or transmitted in any form or by any means electronic, mechanical, photocopying, recording, or other without written permission from the publisher.

பதிப்புரை

'**து**க்ளக்' இதழில் வெளிவந்து இலட்சக்கணக்கான வாசகர்களின் பாராட்டுதல்களைப் பெற்ற இக் கதையைப் பதிப்பிக்க அநுமதியளித்த திரு. சோ அவர்களுக்கு வாசகர்கள் சார்பில் எங்களது மனமார்ந்த நன்றியைத் தெரிவித்துக் கொள்கிறோம். அவர் ஒரு மாபெரும் மேதை; அறிவாளி; சிந்தனையாளர். இதைப் போன்ற அருமையான தொடர் கதைகளை எழுதிய அவரைப் பாராட்டாமல் இருக்க முடியாது.

கதைகளினூடே பல நல்ல விஷயங்களைக் கூறி வாசகர்களை நல்வழிப்படுத்த முயலுகிறார். இவரது இம்முயற்சி செயல் வடிவு பெற வாசகர்களாகிய நீங்கள்தான் முன் வந்து உதவ வேண்டும்.

— பதிப்பகத்தார்

எல்லோரும் சகோதரர்களே!

ஹிமாலயத்திற்குத் தெற்கிலும் சமுத்திரத்திற்கு வடக்கிலும் உள்ள பிரதேசத்தின் பெயர்தான் பாரதம். அதன் மக்கள் பாரதீயர்கள்.

—— விஷ்ணு புராணம் —— மூன்றாவது அத்தியாயம்

யாரும் உயர்ந்தவனோ, தாழ்ந்தவனோ அல்ல. எல்லோருமே சகோதரர்கள்தான். எல்லோருடைய நன்மைக்காகவும், எல்லோரும் முனைந்து, ஒரு கூட்டாகவே முன்னேற வேண்டும்.

—— ரிக் வேதம் —— ஐந்தாவது மண்டலம்

உங்கள் இதயங்களிலும், மனங்களிலும், நீங்கள் செய்யும் தீர்மானங்களிலும் ஒற்றுமை இருக்கட்டும். ஒன்று கூடி பரஸ்பரம் ஒத்துழைத்து, வாழும் வலிமை உங்கள் எல்லோரிடமும் ஸ்திரமாக இருக்கட்டும்.

—— ரிக் வேதம் —— பத்தாவது மண்டலம்

உணவிலும், தண்ணீரிலும் அனைவருக்கும் சம உரிமை உண்டு. வாழ்க்கை எனும் தேரின் நுகத்தடி அனைவருடைய தோள்களிலும் சமமாகவே அமர்ந்திருக்கிறது. எல்லோரும் ஒருவரையொருவர் ஆதரித்துக் கொண்டு, தேர்ச் சக்கரத்தின் விளிம்பை மையத்துடன் இணைக்கும் கம்பிகளைப் போல், ஒருமித்த நோக்குடன் வாழ வேண்டும். —— அதர்வண வேதம்

பூவிலிருந்து வண்டு தேனை எடுப்பது போல்

மக்களின் மகிழ்ச்சியில்தான் அரசனின் மகிழ்ச்சி அடங்கி இருக்கிறது; அவர்களுடைய நலன்தான் அரச னின் நலன்; தனக்குத் திருப்தி அளிக்கக் கூடியவையே நற்செயல்கள் என அரசன் கருதிவிடக் கூடாது. மக்களைத் திருப்தி செய்யக் கூடியவையே நற்செயல்கள்.

— கௌடில்யரின் அர்த்த சாஸ்திரம்

அரசன் வரி வசூல் செய்யாமலே இருந்து விடக் கூடாது; அது அவனுடைய ஆட்சியின் வேரையே அழித்துக் கொள்வது போல ஆகும்; அதிகமான வரி விதிப்பையும் ஒரு அரசன் செய்யக் கூடாது; அது மக்க ளுடைய வாழ்க்கையின் வேரையே அழிப்பது போல் ஆகும். — மனு ஸ்ம்ருதி

நன்கு கற்றறிந்த பிராமணன்; எல்லா வர்ணங்களை யும் சார்ந்த பெண்கள்; சிறுவர்கள்; ஆசார்யனுடன் தங்கி கல்வி பயிலும் மாணவர்கள் ஆகியோர் அரச னுக்கு வரி செலுத்துவதிலிருந்து விதி விலக்கு அளிக்கப் பட்டவர்கள். — ஆபஸ்தம்ப தர்ம ஸூத்ரம்

நன்றாகக் கற்றறிந்த பிராமணன்; அரசனின் ஊழி யர்கள்; சிறுவர்கள்; மாணவர்கள்; பெற்றோரின் வீட் டிற்குத் திரும்பி வந்து விட்ட விதவைகள்; கல்யாண

மாகாத பெண்கள்; வேலை ஆட்களின் மனைவிகள்; வயதானோர் — ஆகியவர்களிடமிருந்து எக்காரணத்தைக் கொண்டும், வரி வசூலிக்கப்படக் கூடாது.

— வசிஷ்ட தர்ம ஸூத்ரம்

ஒருவனுடைய தலைப்பாரம் அளவே உள்ள பொருட்கள்; கலைஞர்களின் சொத்துக்கள்; நன்கு கற்றறிந்த பிராமணன் வாங்கிய தர்மம் — ஆகியவற்றுக்கு வரி விதிப்பு கிடையாது. ஆனால், வியாபாரத்தின் மூலமாக ஒரு பிராமணன் வருமானம் பெற்றால், அதற்கு இந்த விதிவிலக்குச் செல்லுபடியாகாது.— தர்ம கோசம்

மலரை அழிக்காமல், அதிலிருக்கும் தேனை ஒரு வண்டு எடுத்து விடுவது போல, மக்களை ஹிம்ஸிக்காத அளவில், மிதமான வருடாந்திர வரியை அவர்களிடமிருந்து அரசன் வசூலிக்க வேண்டும்.

— மனு ஸ்ம்ருதி

மக்களின் வருமானத்திலிருந்து ஆறில் ஒரு பங்கைப் (வரியாக) பெற்ற பிறகும் எந்த ஒரு அரசன் அவர்களைக் காக்கத் தவறுகிறானோ, அவன் பாபியாகிறான். — மஹாபாரதம் சாந்தி பர்வம்

எப்படி இந்தப் பூமியானது சகல ஜீவராசிகளையும் பாரபட்சமின்றி ஒரே மாதிரி தாங்குகிறதோ, அப்படி தன் மக்கள் யாவரையும் பாரபட்சமின்றி ஒரே மாதிரி அரசன் காக்க வேண்டும். — மனு ஸ்ம்ருதி

உயர்ந்தவர்கள் யார்?

ஒழுக்க நியாயமற்றவன் அவனுடைய பரம்பரையை மட்டும் வைத்து, மரியாதைக்குரியவன் ஆகி விட மாட்டான். ஒருவனுடைய பிறப்பு எப்படிப்பட்டதாயினும், ஒழுக்கத்தை ஒட்டியே ஒருவனுக்கு மரியாதை கிட்டு கிறது.

ஏமாற்று வேலை மூலமாக வாழ்க்கை நடத்தும் மோசக்காரனை வேதங்களின் அறிவு காப்பாற்றி விடாது. கூட்டை விட்டுப் பறந்து செல்லும் பறவைகளைப் போல, வேதங்கள் அவனை விட்டு விரைந்து ஓடுகின் றன.

திருதராஷ்டிரன் கேட்டான்: 'நன் குணத்தையும், உலக நன்மையையும் போற்றும் கடவுள்கள் உயர் குடும்பங்களில் பிறந்தவர்கள்பால் அக்கறை காட்டு கிறார்கள். விதுரா! உயர் குடும்பங்கள் என்பதுதான் எவை?'

விதுரன் சொன்னான்: 'சுய கட்டுப்பாடு, பொறுமை, தியாகம், அன்னதானம், தூய்மையான திருமணங்கள், தவம், பிரம்மத்தை உணர்ந்த தன்மை, மற்றவர்களைத் திருப்தி செய்யும் குணம் — இந்த எட்டு குணங்கள் எந்தக் குடும்பங்களில் எப்போதும் நிலவுகின்றனவோ, அவையே உயர் குடும்பங்கள். பசுக்களும், செல்வமும் மிகுந்திருந்தாலும், நன்னடத்தையும் நற்குணமும்

இல்லாத குடும்பங்கள், உயர்ந்த குடும்பங்கள் ஆக மாட்டா.'

திருடன், கொடுமையானவன், குடிகாரன், கருச் சிதைவு ஏற்படுத்துபவன், பிரம்மச்சர்யத்தை மீறும் மாணவன், தன்னுடைய வேத அறிவை விற்பவன் — இவர்கள் மிகவும் நெருங்கியவர்களாக இருந்தாலும் கூட, விருந்தாளியாகக் கருதப்பட்டு, தண்ணீர் பெறவும் கூட அருகதையற்றவர்கள்.

வேதங்களை நன்கு கற்றறியாத பிராமணன், சிராத்தத்தை நடத்தி வைக்கும் அருகதை அற்றவன்; அதே போல, அரசியலில் ஆறு அங்கங்களை அறியாத பிராமணன், அரசனுக்கு ஆலோசனை கூற அருகதை அற்றவன் ஆகிறான்.

தர்மத்துக்கு எதிராகச் செல்லாமை, நற்குணத்தைக் கைவிடாத தன்மை, சாந்த குணம், தவறை நினைத்து அவமானப்படும் தன்மை இவற்றை உடையவன், தாழ்ந்த குலத்தில் பிறந்திருந்தாலும் உயர் குலத்தில் பிறந்த நூறு பேரைவிட உயர்ந்தவன் ஆகிறான்.

முதியோர் இல்லாத இடம் ஒரு சபையாகாது; தர்மத்தைப் பேசாதவர்கள் முதியோர் ஆக மாட்டார்கள். உண்மை இல்லாதது தர்மம் ஆகாது; தந்திரோபாயத்துடன் கலந்தது உண்மை ஆகாது.

— விதுர நீதி — உத்யோக பர்வம் — மஹாபாரதம்

பிராமணனுக்கு 128 மடங்கு தண்டனை

உரிய காலத்தில் உபநயனம் முதலிய சமஸ்காரங்கள் செய்விக்கப்படாத முதல் மூன்று வருணத்தாரும், காயத்ரி மந்திரத்திலிருந்து நீங்கினவர்களாகவும், பெரியோர்களால் வைதீகக் காரியங்களிலிருந்து நீக்கப்பட்டவர்களாகவும் ஆகிறார்கள். இப்படிப் பரிசுத்தம் அற்ற இவர்களுக்கு வேதம் சொல்லி வைக்கக் கூடாது. கஷ்ட காலத்திலும் கூட, அவர்களிடத்தில் பெண் வாங்கவும், கொடுக்கவும் கூடாது.

அநுஷ்டானமுள்ள பிராமணன், காயத்ரி மந்திரத்தை மாத்திரம் அறிந்தவனாக இருந்த போதிலும் கூட, அவன் உயர்ந்தவன்; அநுஷ்டானங்களைக் கடைப்பிடிக்காத பிராமணன், மூன்று வேதம் அறிந்தவனாக இருந்த போதிலும், அவன் உயர்ந்தவன் அல்லன்.

நியாயமாகப் பொருள் தேடுவது; உறவு முறை; உயர்ந்த வயது; கல்வி; நல்லொழுக்கம் — இவை ஐந்தும் ஒருவனைப் பூஜிப்பதற்குக் காரணமாக இருக்கின்றன. இவற்றில் வரிசையாக ஒன்றை விட அடுத்தது உயர்ந்த தன்மை கொண்டது. முதல் மூன்று வருணத்தாரில் எவன் ஒருவனிடத்தில் மேற்சொன்ன ஐந்தில் இரண்டு அல்லது அதற்கு மேற்பட்ட குணங்கள் இருக்கின்றனவோ, அவனை இவற்றில் ஒரே குணமுடையவன் பூஜிக்க வேண்டும். 90 வயதை எட்டியுள்ள சூத்திரனுக்கு எல்லோருமே மரியாதை செய்ய வேண்டும்.

வண்டியில் வருகிறவன், 90 வயதுக்கு மேற்பட்டவன், நோயாளி, சுமைதூக்கி வருகிறவன், பெண்கள், கல்யாணம்

செய்து கொள்ளப் போகிற மாப்பிள்ளை, அநுஷ்டானம் தவறாத பிராமணன், அரசன் — இவர்கள் செல்லும் போது மற்றவர்கள் இவர்களுக்கு வழிவிட வேண்டும்.

மரத்தினால் செய்யப்பட்ட யானை, தோலினால் செய்யப் பட்ட மான், வேதம் ஓதாத பிராமணன் — இம் மூன்றும் பயன் அற்றவை. பெயரளவில் மாத்திரமே இருப்பவை — பெண் களிடத்தில் பேடியும், ஞானமில்லாதவனிடத்தில் கொடுக்கப் பட்ட தானமும், எப்படிப் பயனற்றவையோ அப்படியே வேதம் ஓதாத பிராமணனும் பயனற்றவன்.

பிராமண, க்ஷத்திரிய, வைசிய — வருணத்தவரில் வேதத்தை ஓதாமல் வேறு முயற்சிகளில் எவன் ஒருவன் இறங்குகிறானோ - அவன், தான் ஜீவித்திருக்கும் போதே தன் வமிசத்தாருடன் சூத்திரன் ஆகிறான்.

நன்கு கற்றறிந்த பிராமணன், நோயாளி, துன்பப்பட்ட வன், சிறியவன், கிழவன், ஏழை, உயர் குலத்தோன், கொடை யாளி - இவர்களைத் துதிப்பதற்கு நிகராக விசேஷமாகக் கவனிப்பது அரசனின் கடமை.

திருட்டின் தன்மை அறிந்து திருடுகிற சூத்திரனுக்கு, அந்தத் திருட்டுக்கு உண்டான தண்டனையைப் போல் எட்டு மடங்கு தண்டனை விதிக்க வேண்டும். இதே குற்றத்தைச் செய்யும் பிராமணனுக்கு அறுபத்தி நான்கு மடங்கு அல்லது நூறு மடங்கு அல்லது நூற்று இருபத்தெட்டு மடங்கு வரை யிலும் தண்டனை விதிக்கலாம். ஏனென்றால், திருட்டினால் வரும் தோஷத்தைப் பிராமணன் அறிந்திருக்க வேண்டும்.

— மனு தர்ம சாஸ்திரம்

எங்கே பிராமணன்?

முன்னுரை

அமெரிக்காவிலிருந்து வெளிவரும் 'டைம்' பத்திரிகையின் சமீபத்திய இதழ் ஒன்றில், ஒரு கட்டுரை வெளியாகி இருக்கிறது. 'கர்ப்பமாக இருக்கும் அமெரிக்கப் பெண்களில் சிலர் தங்களுக்குப் பிறக்கப் போகும் குழந்தையின் அறிவு வளர்ச்சி வேகமாக இருக்க வேண்டும்

என்பதற்காக — வயிற்றுக்குள் இருக்கும் சிசுவுக்குப் பல விதமான பாடங்களைப் புகட்டுகிறார்கள். ஏற்கெனவே, ஒரு சில வருடங்களுக்கு முன்பாகவே சிலர் இம்முயற்சியைச் செய்தனர். இப்படிக் கர்ப்பத்திலேயே போதனை பெற்று பிறந்த குழந்தைகள் இப்போது, மற்ற குழந்தைகளைவிட அறிவு வளர்ச்சி பெற்றவையாக இருக்கின்றன. ஜப்பான் நாட்டிலும் இந்தப் பழக்கம் பரவி வருகிறது...' இது அந்தச் செய்திக் கட்டுரையின் சாராம்சம்.

இதைப் படிக்கும் போது வியப்படைகிறோம். "அட! இந்த அயல் நாட்டவர்கள் என்னவெல்லாம் கண்டுபிடிக்கிறார்கள்!" என்று அவர்களுடைய திறமையைப் பாராட்டுகிறோம். ஆனால், நம் நாட்டில் புழங்கி வரும் புராணக் கதையில் 'அபிமன்யு' சுபத்திரையின் கர்ப்பத்தில் இருந்த போது கிருஷ்ணனும், அர்ஜுனனும் பத்ம வியூகத்தை உடைத்து உள்ளே நுழைந்து விடும் யுத்த முறையைப் பற்றிப் பேசிக் கொண்டிருக்கிறார்கள். சுபத்திரையின் வயிற்றில் இருந்த சிசு (அபிமன்யு) இதைக் கேட்டுக் கொண்டிருந்தது. ஆகையால், பத்ம வியூகத்தை உடைத்து உள்ளே புகும் வித்தையை அபிமன்யு இயற்கையாகவே அறிந்திருந்தான். கிருஷ்ணனும், அர்ஜுனனும் அந்த வியூகத்திலிருந்து வெளியேறும் வழியைப் பற்றி அப்போது பேசாததால், அதை அபிமன்யு அறியவில்லை... உள்ளே சிக்கிக் கொண்டான் என்று கூறப்படும் போது அதை ஏளனம் செய்கிறோம். 'என்ன பிதற்றல் இது? கர்ப்பத்தில் இருக்கும் குழந்தை, வெளியே பேசப்படுவதைக் கற்றுக் கொள்கிறதாம்! சரியான முட்டாள்தனம்' என்று பேசுகிறோம். அதுவே இன்று செய்தியாகும் போது, வியப்படைகிறோம். ஏற்கெனவே, பல்லாயிரக் கணக்கான வருடங்களுக்கு முன்பாகவே, நமது பூமியில் இது பற்றிச் சிந்தித்திருக்கிறார்களே என்ற எண்ணமே தோன்றுவது இல்லை. நமது முன்னோர்களின் அறிவு தீட்சண்யத்தை

நினைத்துப் பெருமைப்படும் சுயமரியாதைகூட, நம்மிடம் இல்லாமல் போய் விட்டது.

டைம் பத்திரிகையிலேயே இன்னொரு கட்டுரை. இது கொலம்பஸ் பற்றியது. அமெரிக்காவைக் 'கண்டுபிடித்தது' கொலம்பஸ் - என்று சரித்திரப் பாடங்களில் படித்து விடுகிறோம். ஆனால், அவரைப் பற்றிச் சரித்திரத்தில் இதுவரை கூறப்பட்டதெல்லாம் மெய்தானா? அமெரிக்காவில் இருந்த பூர்வ குடிமக்களின் வாழ்வையே, கொலம்பஸ் நாசமாக்கினாரா? மற்றவர்களுக்குச் சேர வேண்டிய பெருமையையும், தனதாக்கிக் கொள்ளும் செயல்பாடு அவரிடம் இருந்ததா?...' என்பது போன்ற கேள்விகள் இன்று அமெரிக்காவில் எழுப்பப்படுகின்றன. அதாவது ஏற்கெனவே சரித்திரம் என்ற பெயரில் நிலை நின்று விட்ட தகவல்களில் எவ்வளவு பொய், கலப்படம் இருக்கிறதோ — என்ற சந்தேகம் அவர்களுக்கு வந்து விட்டது.

நம் நாட்டிலோ அந்நியரால், அதுவும் ஆக்கிரமிப்பாளர்களால், எழுதப்பட்ட சரித்திரத்தை அப்படியே, எந்தக் கேள்வியும் இல்லாமல் ஏற்று விட்ட நாம் இன்றும்கூட அது பற்றிச் சந்தேகப்படுவதில்லை. அப்படிச் சந்தேகப்படுபவர்களைப் பிற்போக்குவாதிகளாகவே நினைக்கக் கற்றுக் கொண்டு விட்டோம். ஆங்கிலேயர் எழுதிய நமது சரித்திரம்தான், நமது பழங்காலத்தை அப்படியே படம் பிடித்துக் காட்டுகிறது — என்று நம்புவதுதான் நாகரிகமான செயல் என்று நினைக்கிறோம். ஆனால், அந்த அந்நிய இனத்தைச் சேர்ந்தவர்களோ, முன்பு தங்களவர்களால் தங்களைப் பற்றி எழுதப்பட்ட சரித்திரத்தையே, சந்தேகப்பட ஆரம்பித்து விட்டார்கள்.

பிறகு ஏற்படப் போகும் விஞ்ஞான கண்டுபிடிப்புகளை ஜூல்ஸ் வெர்ன், ஹெச்.ஜி. வெல்ஸ் போன்றவர்கள், முன்கூட்டியே தங்களுடைய கற்பனை இலக்கியங்களில் எழுதி

னார்கள் என்பதால், அவர்களைப் பாராட்டுகிறோம். அவர் களுடைய கற்பனா சக்தி எவ்வளவு தூரம் வேலை செய்திருக் கிறது என்பதை எண்ணிப் பார்த்து மலைக்கிறோம். ஆனால், இன்று வந்துள்ள விமானங்களையும் அணு ஆயுதங்களையும் எதிர்பார்த்தது போல், பல்லாயிரக்கணக்கான வருடங்களுக்கு முன்பாகவே நமது புராணங்களில் புஷ்பக விமானம், ப்ரும் மாஸ்திரம் — என்றெல்லாம் எழுதிய வால்மீகியையும், வியாசரையும் நினைத்து நாம் வியப்பதில்லை. 'இதையெல் லாம் பற்றி இவர்களால் எப்படி அன்றே சிந்தித்துப் பார்க்க முடிந்தது?' என்று எண்ணி நாம் மலைப்பதில்லை. கணிதத்தி லும் வான சாஸ்திரத்திலும் பெரும் நிபுணத்துவம் பெற்றிருந்த நமது பாஸ்கரனையும், ஆர்யபட்டாவையும் பற்றி நாம் பெருமை யாக நினைப்பதில்லை. பாரதத்தில் தோன்றிய கணித மேதை களால் வகுக்கப்பட்ட எண் குறிகளை ஒட்டித்தான் இன்று உலகமே எண்களைக் குறிக்கிறது — என்பதை நாம் நினைத்துப் பார்ப்பதே இல்லை.

'பூஜ்யம்' என்ற கணித சிந்தனை, நம் நாட்டில்தான் தோன்றியது. இதன் மூலமாகத்தான் கணித சாஸ்திரமே பல முன்னேற்றங்களை அடைய முடிந்தது. அறுவை சிகிச்சை யிலும், மருத்துவ முறையிலும் நமது நாடு பலப்பல நூற்றாண்டு களுக்கு முன்பே பெரிய சாதனைகளை நிகழ்த்தி உள்ளது. கௌடில்யரின் அர்த்த சாஸ்திரத்தில், பிரமிக்க வைக்கக்கூடிய வகையில் அரசு நிர்வாகத்திற்கான வழிமுறைகளும், தத்துவங் களும் கூறப்பட்டிருக்கின்றன. நீதி நிர்வாகத்திலும் ஆயிரக்கணக் கான ஆண்டுகளுக்கு முன்பாகவே நாம் மிகவும் முன்னேறி யிருந்தோம்.

இத்தனை சாதனைகளையும் நிகழ்த்தியவர் யார்? 'மூட நம்பிக்கை கொண்டவர்கள்; இட்டுக் கட்டிய கதைகளை நம்பியவர்கள்; பிற்போக்குவாதிகள்; சுய சிந்தனை அற்ற

வர்கள்...' என்றெல்லாம் இன்று வர்ணிக்கப்படும் நமது முன்னோர்கள்தான் இவ்வளவு சாதித்திருக்கிறார்கள். ஹிந்து மத *(இந்தப் பெயரே சரியில்லை; — இது பற்றிய விளக்கங்கள் பிறகு வரும். வழக்கில் வந்து விட்டதால் இந்தப் பெயரே பயன்படுத்தப்படுகிறது)* நம்பிக்கைகளை வளர்த்தவர்களும், போற்றியவர்களும்தான் இந்தச் சாதனைகளைச் செய்தார்கள். முட்டாள்தனத்தையும், குருட்டு நம்பிக்கையையும், அநியாயமான பாகுபாடுகளையும், துவேஷத்தையும் ஒரு மதம் வளர்த்து வந்தது என்றால், அதில் நம்பிக்கையுடையவர்களால், இப்படிப்பட்ட அறிவாற்றலோடு செயல்பட்டிருக்க முடியுமா?

ஹிந்து மதம் சிந்தனைக்கு முக்கிய இடத்தை கொடுத்ததால்தான், அதை ஏற்றவர்களால் இந்தச் சாதனைகளைச் செய்ய முடிந்திருக்கிறது என்று நான் நினைக்கிறேன். உபநிஷத்துக்களிலும், புராணங்களிலும், வாதங்கள் கொட்டிக் கிடக்கின்றன. 'ஏன்? எப்படி? எதனால்?' என்ற கேள்விகளும், அதற்கான விடைகளும் இந்த மாதிரி இலக்கியங்களில் பல இடங்களில் வருகின்றன.

'நான் சொல்கிறேன். கேட்டுக் கொள்' என்ற முறையிலும் பல விஷயங்கள் கூறப்படுகின்றன — என்பதை மறுப்பதற்கில்லை. ஆனால், அதனுடன் கூடவே கடுமையான விவாதங்களுக்கும் நிறையவே இடம் அளிக்கப்பட்டிருக்கிறது... என்பதை நாம் உணராமல் இருந்து விடக்கூடாது.

பகவத் கீதையில் கூட, அர்ஜுனனுக்கு விரிவாக உபதேசம் செய்த கிருஷ்ண பரமாத்மா, இறுதியில் என்ன சொல்கிறார்? 'ரகஸ்யத்திலும், ரகஸ்யமாகிய ஞானத்தை உனக்குரைத்தேன் ... இதனை முற்றிலும் ஆராய்ச்சி செய்து எப்படி இஷ்டமோ அப்படிச் செய்' என்றார் கிருஷ்ணர்!

'இதுதான் வழி — நீ நண்பன். உனக்கு நல்லதைச் செய்கிறேன் — எல்லா அறங்களையும் துறந்து என்னையே சரண்

எய்துவாயாக — எல்லாப் பாவங்களிலிருந்தும் உன்னை நான் விடுவிக்கிறேன் — எது எது பெருமை உடையதோ, அழகுடையதோ, வலிமை படைத்ததோ, அதுவெல்லாம் எனது ஒளியின் அம்சத்தில் பிறந்தது என்று உணர்வாயாக' — என்றெல்லாம் கூறிய கிருஷ்ணர், இறுதியாக 'நன்றாக யோசித்து, எப்படி இஷ்டமோ அப்படிச் செய்' என்கிறார்.

அவனவன் சிந்தனை செய்து, சரியான வழி எது என்று தெளிந்து அதை மேற்கொள்ள வேண்டும் — என்று வலியுறுத்துவது ஹிந்து மதத்தின் ஒரு அடிப்படை அணுகுமுறை. இதைத்தான் 'ஸ்வதர்மம்' என்றும் சொல்கிறார்கள் என்பதே என் கருத்து.

இதனால்தான் சமூக வழிபாட்டு முறை — என்பதுகூட, ஹிந்து மதத்தில் ஏற்படவில்லை என்று நான் நினைக்கிறேன்.

இதனால்தான் 'போப்' போன்று சர்வ அதிகாரம் பெற்ற மதத் தலைவரும் ஹிந்து மதத்தில் இல்லை என்றும் கருதுகிறேன்.

அத்வைதம், த்வைதம், விசிஷ்டாத்வைதம் என்று சித்தாந்தங்கள் பலவகையாக உருப்பெற்றதற்கும், இந்தச் சிந்தனை சுதந்தரமே வழி வகுத்திருக்கிறது.

தத்துவங்கள், போதனைகள், அறிவுரைகள் ஆகியவை மத இலக்கியங்களில் கொட்டிக் கிடக்கின்றன. அவற்றில் எதை ஏற்பது, எதை ஏற்காமல் விடுவது என்பது ஒவ்வொரு தனி மனிதனின் இஷ்டத்தைப் பொறுத்தது.

'இஷ்டம்' என்பது இவ்விஷயத்தில் என்ன? தானாக படித்தோ, அல்லது படித்தவர்கள் கூறுவதைக் கேட்டோ, பல விஷயங்களைப் புரிந்து கொண்ட பிறகு, அதில் எது தனக்கு ஏற்றது — என்று ஒருவன் தீர்மானித்தால், அது அவனது இஷ்டம். அல்லது பெரியோர்கள் சொல்வதால் அவ்வழியை

ஏற்பதே நல்லது என்று ஒருவன் நினைத்தாலும், அது அவனுடைய இஷ்டம். தானாக இது பற்றிச் சிந்தித்து, பல வழிமுறைகளை ஒருவன் நிராகரித்தாலும்கூட, அதுவும் அவனுடைய இஷ்டமே.

ஆனால், வேண்டுமென்றே துவேஷம் காரணமாகவோ, அல்லது பிழைப்பதற்காகவோ, ஒருவன் ஒரு வழிமுறையை மேற்கொண்டாலும் சரி, நிராகரித்தாலும் சரி — அதற்குப் பெயர் அவனுடைய 'இஷ்டம்' என்று ஆகாது. அது மோசடி. வரட்டுத்தனம்.

இப்போது நான், இந்த என்னுடைய முயற்சியில் நான் படித்த, கேட்டுத் தெரிந்து கொண்ட, ஓரளவு யோசித்து முடிவு செய்த, சில விஷயங்களைக் கூறும் போது அவற்றை ஏற்பதும், ஏற்காததும் வாசகர்களின் இஷ்டம்.

பழைய விஷயங்களை அலசிப் பார்க்கும் போது, இரு வழிகளில் நாம் அவற்றை அணுகலாம். இன்று நம்மால் ஏற்க முடியாத தத்துவங்கள், இன்றைய மனித நாகரிகத்திற்குச் சற்றும் ஒவ்வாத விஷயங்கள் இருப்பதால், 'இந்தப் பழைய சமாசாரங்கள் எல்லாமே குப்பை —' என்று அவற்றைக் கண்டனம் செய்து ஒதுக்கி விடுவது ஒரு வழி.

'இன்றைய நாகரிகத்திற்கும் ஒத்து வரக்கூடிய, இன்றைய வாழ்க்கைக்கும், வழிகாட்டக் கூடிய விஷயங்கள் இருப்பதால், பல்லாயிரக்கணக்கான ஆண்டுகளுக்கு முன்பாகவே இவ்வளவு சிந்தித்து இவ்வளவு அழகான எண்ணங்களை வெளியிட்டிருக்கிறார்களே!' என்று அவற்றை ஏற்கலாம் — இது இரண்டாவது வழி. நான் இதைத்தான் மேற்கொள்கிறேன்.

புராண, இதிகாசங்களில் இன்று நம்மால் நம்ப முடியாத பல நிகழ்ச்சிகளும், ஏற்க முடியாத விஷயங்களும் இருப்பது உண்மைதான். 'இது என்ன அபத்தம்!' என்று நினைக்கும்படி

யாகக் கூட விஷயங்கள், நிகழ்ச்சிகள் உண்டு. ஆனால், இவற்றை மட்டும் பார்த்து எல்லாமே பிதற்றல் என்று முடிவு செய்வதா? அல்லது இவற்றை மீறி புராணங்களிலும், இதிகாசங்களிலும் கொட்டிக் கிடக்கின்ற வியக்கத்தக்க அறிவு பூர்வமான விஷயங்களைத் தெரிந்து கொள்ள முயற்சிப்பதா?

மனித நேயம், தீர்க்கமான சிந்தனை, என்றென்றும் நிலைத்து நிற்கக்கூடிய உண்மைகள்; ராஜ நிர்வாகத்தில் இருந்து சாதாரண மனிதன் அன்றாடம் கடைபிடிக்கக்கூடிய வழி முறைகள் வரை இன்றைய நடைமுறைகளுக்கும் ஏற்ற அறி வுரைகள் என்று ஹிந்து மத இலக்கியங்களில் நிறையவே இருக்கின்றன. இவற்றை இயற்றியவர்கள், அறிவுக்கும், பண் புக்கும் ஒவ்வாத விஷயங்களை எவ்வாறு சொல்லி இருக்க முடியும் என்ற கேள்வி எழுகிறது. ஆகையால் அம்மாதிரி விஷயங்கள் இடைச் செருகல்களாக இருக்கக்கூடும்.

இடைச் செருகல்கள் இருக்கின்றன என்பதைப் பலரும் ஒப்புக் கொண்டாலும், எது இடைச் செருகல் என்று யார் நிர்ணயிப்பது? இன்றைய ஆராய்ச்சிகள் மூலம் முடிவு செய்யப் படக்கூடிய விஷயம் அல்ல இது. ஒவ்வொரு ஆராய்ச்சியாள ரும் தன் மனத்திற்கேற்ப கூறும் கருத்துக்களை, முடிவான தீர்வாக அங்கீகரித்துவிட முடியாது. ஆகையால், இடைச் செருகல்கள் எவை என்று நிர்ணயிக்க முடியாத நிலையில் தர்ம நியாயங்களைச் செய்வதற்காக எழுதப்பட்ட இலக்கியங் களில், அவற்றுக்கு முற்றிலும் விரோதமான போதனைகள் இருந்தால், அவைதான் இடைச் செருகல்கள் என்று கருதுவது நியாயமே. இது என் கருத்து, என் அணுகுமுறை.

நான் பண்டிதன் அல்ல, மாணவன் என்றுகூட சொல்லிக் கொள்ள முடியாது. ஹிந்து மதம் பற்றியும், அதை ஒட்டி எழுந்த தத்துவங்கள் பற்றியும், காலப்போக்கில் மாற்றங்கள் ஏற்பட்ட வகை பற்றியும், பண்டைய ராஜ்யங்களில் காணப்

பட்ட நடைமுறைகள் பற்றியும் அறிந்து கொள்ள வேண்டும் என்ற ஆர்வம் எனக்கு உண்டு — என்று வேண்டுமானால் நான் சொல்லிக் கொள்ளலாம்; அவ்வளவுதான்.

வேதங்கள், உபநிஷத்துக்கள், ஸ்மிருதிகள், புராண — இதிகாசங்கள், இவையெல்லாம் ஒரு மிகப் பெரிய சமுத்திரம். அதைக் கடந்து விட்டவர்கள் யாருமே இருக்க முடியாது என்றுகூடச் சொல்லி விடலாம். ஆனால், அதில் நீந்தும் வல்லமை படைத்தவர்கள் சிலர் இருக்கிறார்கள். அந்தச் சமுத்திரத்தில் குளித்து முத்தெடுத்தவர்கள் சிலர் இருக்கிறார்கள். நானோ மிஞ்சி மிஞ்சி போனால் 'அலை ஓரத்தில் நின்றவன்' என்று வேண்டுமானால் சொல்லிக் கொள்ளலாம். அந்த அலை ஓரத்தில்கூட நிற்காதவர்கள் பலர் இருப்பார்கள். அலை ஓரத்தில் நின்று, சமுத்திரத்தைக் கண்டு மலைத்து நிற்கும் நான் அச்சமுத்திரத்தில் நீந்தியவர்களிடமும், முத்துக் குளித்தவர்களிடமும் பேசி, அவர்களது அநுபவங்களில் சிலவற்றைப் புரிந்து கொண்டேன். அலை ஓரத்தில்கூட நின்று பார்க்காதவர்களுக்கு, அந்த அநுபவங்களை என் வழியில், கதையாக எடுத்துரைத்து, சமுத்திரத்துடன் அறிமுகம் செய்து வைக்கலாம் என்று நினைக்கிறேன்.

இந்தக் கதையில் நான் எடுத்துக் கொள்ளப் போகும் பிரச்னைகளைப் பற்றி, ஏற்கெனவே பலர் எழுதியிருக்கிறார்கள். மகாகவி பாரதியார், இப்பிரச்னைகள் சிலவற்றைப் பற்றி மிக அருமையான கட்டுரைகள் எழுதியிருக்கிறார். அவருக்குப் பின் மாதவய்யா என்றவர், இப்பிரச்னைகளில் சிலவற்றை வைத்துச் சில கதைகள் எழுதியிருக்கிறார். அதற்குப் பின் பல எழுத்தாளர்கள் கதைகள், குறுநாவல்கள் போன்றவற்றில் இப்பிரச்னைகளில் சிலவற்றைத் தொட்டிருக்கிறார்கள். ஏன் புராணக் கதைகள் சிலவற்றில்கூட இப்பிரச்னைகள் ஆராயப்பட்டிருக்கின்றன.

நான் எழுதும் இந்தத் தொடர் கதையில், புதிதாக நான் எதையும் பார்த்துவிடப் போவதில்லை என்பதை நானே உணர்கிறேன். ஆனால், நான் பார்க்கப் போகும் கோணம், புதிய தாக இருக்க வாய்ப்பிருக்கிறது. அல்லது மாறுபட்டதாகவாவது இருக்க வாய்ப்பிருக்கிறது.

மனித சமுதாயத்தின் உயர்வுக்காகத் தோற்றுவிக்கப்பட்ட மிகப் பெரிய தத்துவங்களை, நாம் புரிந்து கொள்ளா விட்டால் கூடத் தவறில்லை. அந்தத் தத்துவங்களில் காலப் போக்கில் ஏற்பட்டு விட்ட — அல்லது ஏற்படுத்தப்பட்டு விட்ட — வக்கிரங்கள், சிக்கல்கள், அனர்த்தங்கள் — இவற்றையெல் லாம் கூட நாம் புரிந்து கொள்ளாவிட்டாலும் தவறில்லை.

ஆனால் ஒரு மிகப் பெரிய பொக்கிஷம் நம்மிடம் இருக் கிறது என்பதையாவது, நாம் புரிந்து கொள்ள வேண்டும். அதில் சில இடங்களில் வேண்டாத குறுக்கீடுகள், இடைச் செருகல் கள் நேரிட்டிருக்கின்றன என்பதையும் நாம் தெரிந்து கொள்ள வேண்டும்.

வாசகர்களுக்கு மேலும் ஒரு வார்த்தை. ஒரு கதை வெறும் கதையாகவேதான் இருந்து தீரவேண்டும் என்ற அவசியம் எதுவுமில்லை. கற்பனை கதாபாத்திரங்களையும், கற்பனை நிகழ்ச்சிகளையும் வைத்துக் கொண்டு சில உண்மைகளைக் கூறுவதில் தவறில்லை. இந்தத் தொடர் கதையை எழுதுவதில் அதுவே என் முயற்சி.

கதையை விட்டது போதும் என்ற மனத்திருப்தியுடன், கதையைச் சொல்ல ஆரம்பிக்கிறேன்.

★ ★ ★

'லஞ்ச்' நடந்து கொண்டிருந்தது. சென்னையிலுள்ள பெரிய வர்த்தகப் புள்ளிகள் பலரும் கலந்து கொண்டிருந்தார்கள்.

லஞ்ச், டின்னர், டீ பார்ட்டி போன்றவை என்றதுமே ஒரு விஷயத்தை நிச்சயமாகத் தெரிந்து கொள்ளலாம். ஏதோ ஒரு காரியத்தைச் சாதித்துக் கொள்ள விரும்பும் ஒருவர் அல்லது சிலர், தங்களுக்கு அந்தக் காரியத்தைச் செய்து தரக்கூடிய ஒருவருக்கோ அல்லது சிலருக்கோ செய்யும் மரியாதைதான் டின்னர்கள், டீ பார்ட்டிகள். சில சமயங்களில் காரியம் முடிந்த பிறகும், காரியத்தைச் சாதித்துக் கொண்டவர் அதைச் செய்து கொடுத்தவருக்கு டின்னர் அல்லது டீ பார்ட்டி கொடுப்பதுண்டு. உலகம் எவ்வளவோ நாகரிகம் அடைந்து விட்ட பிறகும் கூட, வயிற்றுக்கு ஏதாவது போட்டு அதன் மூலம் காரியத்தைச் சாதித்துக் கொள்ளும் பழக்கம் வெவ்வேறு ரூபங்களில் இன்னமும் இருந்து கொண்டுதான் இருக்கிறது என்பதற்கு டின்னர்களும், டீ பார்ட்டிகளுமே ஒரு அத்தாட்சி.

இந்த லஞ்சும் காரியத்தோடுதான் நடந்து கொண்டிருந்தது. அயல் நாட்டிலிருந்து வந்திருந்த ஒரு பெரிய தொழில் அதிபருக்கு, சென்னையில் — மிகப் பெரிய பணக்காரர்களில் ஒருவரான நாதன், லஞ்ச் கொடுத்துக் கொண்டிருந்தார். அந்நியத் தொழிலதிபரின் உதவி நாதனுக்குக் கிட்டியிருந்தது. அதற்கு நன்றி தெரிவிக்கவே அந்த லஞ்ச்.

நாதனின் தொழில் நிறுவனங்கள் மேலும் மேலும் வளர்ச்சி அடைந்து கொண்டே போவதைக் கண்டு வயிற்றெரிச்சல் பட்ட பல பணக்காரர்களும், அதில் பங்கேற்றுச் சாப்பிட்டுக் கொண்டிருந்தார்கள். 'உப்பிட்ட வரை உள்ளளவும் நினை' என்ற வாசகம் இவர்களுக்கு மிகவும் பொருந்தும். அவர்களுக்கு இருந்த வயிற்றெரிச்சலில், அவர்கள் வாழ்நாள் முழுவதும் நாதனைப் பற்றியேதான் நினைத்துக் கொண்டிருப்பார்கள்.

தங்கள் தொழில்களில் வளர்ச்சி அடைய முடியாமல் திணறிக் கொண்டு, நாதனைப் பார்த்து சதா சர்வகாலமும் வியந்து கொண்டே இருப்பவர்கள் சிலரும் லஞ்சுக்கு வந்து

இருந்தார்கள். 'ஏற்பது இகழ்ச்சி' என்ற வார்த்தைகள் இவர்களுக்காகவே எழுதப்பட்டவை. தங்களைக் குத்திக் காட்டி, ''நான் எப்படி வளர்ச்சி அடைந்து கொண்டே போகிறேன் பார்! என் செல்வம் எப்படிப் பெருகிக் கொண்டே போகிறது பார்!'' என்றெல்லாம் எடுத்துக் காட்டி, தங்களை ஏளனம் செய்யும் வகையில்தான், நாதன் நம்மையெல்லாம் அழைத்திருக்கிறார். இதில் பங்கேற்பது நமக்கு இகழ்ச்சி என்று தெரிந்தும், நாதனின் விரோதம் வேண்டாம் என்ற எண்ணத்தில் அந்த இகழ்ச்சியை ஏற்கத் தயாராக வந்தவர்கள் அவர்கள்.

இப்படிப்பட்ட பணக்காரர்கள் சிலரைக் கூட்டி வைத்து, அந்த அயல் நாட்டுத் தொழிலதிபரைச் சாப்பாடு வகைகளின் மூலமாகவும், 'தண்ணீர்' வகைகளின் மூலமாகவும் திருப்தி செய்து, அன்றாடக் கடன்களில் ஒன்றை முடித்துக் கொண்டிருந்தார் நாதன்.

அவருடைய மனைவி வசுமதி, அனைவரிடமும் சரளமாகப் பழகிக் கொண்டிருந்தாள். அவரைக் கண்டு அந்த அயல் நாட்டுத் தொழிலதிபர், ''மிஸஸ் நாதன்! உங்களைப் பார்த்தால் நாதனின் பெண் என்று வேண்டுமானால் சொல்லலாமே ஒழிய, மனைவி என்று சொல்லவே முடியாது. நீங்கள் நாதனை விவாகரத்து செய்தால், உடனே உங்களை மணக்க நான் தயாராக இருக்கிறேன்'' என்று கூறி உரக்கச் சிரித்தார்.

அவரே சிரித்தவுடன், அவர் சொல்லியது ஒரு ஹாஸ்யம் என்பது எல்லோருக்கும் புரிந்து விட்டது. எல்லோரும் சிரிக்க, வசுமதியும் சிரித்தாள். கணவனைத் தகப்பனாக உறவு முறை மாற்றிப் பேசியதை, அவள் தப்பாக எடுத்துக் கொள்ளவில்லை. 'விவாகரத்து செய்து விட்டால் நாம் கல்யாணம் செய்து கொள்ளலாம்?' என்று கூறியதையும், அவள் சீரியஸாக எடுத்துக் கொள்ளவில்லை. தன் வயதைக் குறைத்து மதிப்பிட்டதை மட்டுமே ஒரு பெருமையாக எடுத்துக் கொண்டாள். பெரிய

இடத்து ஹாஸ்யங்களில் முதன் முதலில் பலியாவது சுய கௌரவம்தான். ஆனால், அதைச் சாதாரணமாக எடுத்துக் கொள்ளப் பழகியதால்தான் 'பெரிய மனிதர்களும், அவர்களின் மனைவிகளும் சோஷியலாகப் பழகுகிறார்கள்' என்ற பெயர் எடுக்க முடிகிறது. வசுமதி 'சோஷியலாக'ப் பழகக் கற்றுக் கொண்டவள். இப்படிப்பட்ட பல ஜோக்குகளை அந்த அயல்நாட்டவர் உதிர்க்க, அதை அனைவரும் ரசிக்க, பார்ட்டி இனிதே முடிந்தது. நாதன் அவரை வழி அனுப்பி வைத்தார்.

போகும் போது அந்த அயல் நாட்டவர், ''மிஸ்டர் நாதன் சிக்கன் ரொம்பப் பிரமாதமாக இருந்தது'' என்றார்.

ஏதோ தான் தான் அந்தச் சிக்கனையே சமைத்தவர் போல், நாதனும் ''தேங்க் யூ'' என்று அந்தப் பாராட்டுதலை வாங்கிப் பைக்குள் போட்டுக் கொண்டார்.

வசுமதி, ''நாதனுக்கும் சிக்கன் என்றால் உயிர்'' என்று கூறிச் சிரித்தாள்.

ஒரு உயிருள்ள ஜீவனை உயிரற்றதாக்கி, அதில் தன் கணவனுக்கு உயிர் என்று கூறுவதில் வசுமதிக்கு இருந்த பெருமை, அவள் முகம் முழுவதும் பரவி நின்றது. சிக்கனைப் பற்றி ஒரு சிறு புகழாரமே சூட்டி விட்டு, அயல்நாட்டவர் விடை பெற்றார்.

அன்று நாதனுடைய அடுத்த 'எங்கேஜ்மென்ட்' ஈஸ்வரன் கோயிலில் நடக்கவிருந்த வெள்ளிக்கிழமை அபிஷேகம். பார்ட்டியை முடித்துக் கொண்டு கோயிலுக்குப் போய்ச் சேர்வ தற்கு நாதனுக்கும், வசுமதிக்கும் சற்றுத் தாமதமாகி விட்டது. ஆனால் அபிஷேகம் அவர்கள் வருகைக்காகக் காத்துக் கொண் டிருந்தது.

வெள்ளிக்கிழமை தவறாமல் நாதன் அந்த ஈஸ்வரன் கோயிலில் அபிஷேகம் செய்து வைத்துக் கொண்டிருந்தார்.

முடிந்த வரை, அவரும் அந்தத் தினத்தில் கோயிலுக்குப் போய் விட்டு வந்து விடுவார். அவர் வராத தினங்களில் வெள்ளிக் கிழமை அபிஷேகம் குறித்த நேரத்தில் நடக்கும். அவர் வருவ தாக அறிவித்திருக்கும் தினங்களில் அவர் வந்த பின் நடக்கும்.

இன்று அவர் அங்கு சென்றவுடன் கோயில் தர்மகர்த்தா, எக்ஸிக்யூட்டிவ் ஆபீஸர், குருக்கள் எல்லோரும் ஓடி வந்து வர வேற்றார்கள். அபிஷேகத்திற்காகப் பக்தர்கள் கூட்டம் காத்துக் கொண்டு இருந்தது.

எக்ஸிக்யூட்டிவ் ஆபீசர், ''வாங்க, வாங்க! உங்களுக் காகத்தான் அபிஷேகம் காத்துக்கிட்டிருக்கிறது'' என்று கூறி, நாதனையும், வசுமதியையும் வரவேற்றார்.

சிக்கனைப் பற்றிப் பேசிக் கொண்டிருந்துவிட்டு தாமத மாக வந்த நாதன், ''மன்னிச்சுக்கணும். கொஞ்சம் முக்கியமான விஷயமெல்லாம் டிஸ்கஸ் பண்ணிக்கிட்டிருந்தேன். லேட்டா யிடுச்சு'' என்று கூறினார். குரலில் ஒரே அடக்கம். நாதன் உள்ளே நுழையும் போது பக்தர்களில் சிலர் முணுமுணுத் தார்கள். ''பணக்காரன் வரணும்னா கடவுள் கூட காத்துக்கிட் டிருப்பார் பார்த்தியா?''

அந்தப் பக்தர்களும் சரி, நாதனும் சரி, அங்கிருந்தவர் களில் யாருமே ஓர் உண்மையை நினைத்துப் பார்க்கவில்லை. காத்துக் கொண்டிருப்பது மட்டும் தெய்வமல்ல — 'காப்பதும் தெய்வம்தான்; காத்துக் கொண்டிருப்பதும் தெய்வம்தான்; காக்கப் போவதும் தெய்வம்தான்.'

'அபிஷேகம் காத்துக் கொண்டிருக்கிறது' என்று எக்ஸிக் யூட்டிவ் ஆபீஸர் கூறினார். 'தெய்வம் காத்துக் கொண்டிருக் கிறதே' என்று பக்தர்கள் சிலர் குறைபட்டுக் கொண்டார்கள். ஆனால் படைத்தல், காத்தல், அழித்தல் ஆகிய மூன்றையுமே செய்து கொண்டிருக்கும் கடவுள் இவை எல்லாவற்றையும்

காதில் போட்டுக் கொண்டு, இவை எதையுமே அறியாதவர் போல கல்லாகச் சமைந்து இருந்தார்.

''ஆரம்பிச்சுடலாமா?'' என்று கேட்டார் குருக்கள். நாதன் தலையசைக்க, அவர் அநுமதியின் பேரில் ஈஸ்வரனுக்கு அபிஷேகம் நடந்தது. நாதன் அடிக்கடி கைக் கடிகாரத்தைப் பார்த்துக் கொண்டதைக் கவனித்து குறிப்பை உணர்ந்த குருக்கள், அபிஷேகத்தைப் 'பாக்கெட் புக் எடிஷனாக' மாற்றினார். கதைச் சுருக்கம் போல, சொல்ல வேண்டிய ஸ்தோத்திரங்கள் சுருக்கமாகச் சொல்லி முடிக்கப்பட்டன. தெய்வத்தின் மேல் இருந்த மாலை, நாதன் கழுத்துக்கு மாறியது.

சகல மரியாதைகளுடன் நாதன் கோயிலை விட்டுச் சென்றார்.

ஆக, அங்கு வந்திருந்தவர்கள் யாருமே தெய்வத்தைப் பற்றி நினைத்ததாகக் காணோம். தங்களுக்கு நடந்த மரியாதை களை நினைத்து நாதனும், அவர் மனைவியும் மகிழ, அவர் களுக்கு உரிய முறையில் மரியாதை செய்ததை நினைத்துக் கோயில் நிர்வாகிகள் திருப்தியடைந்து கொள்ள, வந்திருந்த பக்தர்கள் 'நாதனுக்கும், அவர் மனைவிக்கும் மட்டும் என்ன முக்கியத்துவம்?' என்று அதிருப்திப் பட்டுக் கொள்ள — தெய் வத்தைப் பற்றி யாருமே நினைக்காமல் அபிஷேகம் இனிதே நடந்து முடிந்தது.

அபிஷேகத்தையடுத்து நாதனுக்குப் பல காரியங்கள் இருந்தன. தனது பல ஃபேக்டரிகளில் ஒன்றுக்குச் சென்று கணக்கு வழக்குகளைப் பார்க்க வேண்டி இருந்தது. அதை முடித்துக் கொண்டு, அவருடைய மனைவி வசுமதி தலைவியாக இருந்த பல சங்கங்களில் ஒன்றில் ஆண்டு விழாவுக்குப் போக வேண்டி யிருந்தது. அதையும் முடித்துக் கொண்டு கணவன்—மனைவி இருவருமே வீட்டுக்குச் சென்றார்கள். பர்மிட் ஹோல்டரான

நாதன், அவ்வப்போது கொஞ்சம் 'தாகசாந்தி' செய்து கொள்வது வழக்கம்.

அதுவும் முடிந்தது. ஒரு உபன்யாசத்திற்கு இருவருமே சென்றார்கள். உபன்யாசத்தை நிகழ்த்திக் கொண்டு இருந்தவர் மாங்காடு மகாதேவ பாகவதர். நாதனும், அவர் மனைவியும் வருவதைப் பார்த்தவுடன், அவர் சொல்லிக் கொண்டிருந்த ராமாயண கதா காலட்சேபம் திசை திரும்பியது.

''ராமர் சீதையை அழைச்சிண்டு மிதிலாபுரியை விட்டு அயோத்தியைப் பார்த்து வந்திண்டிருக்கார். பார்க்க எப்படி இருந்தது தெரியுமோ? இதோ நம்ம சாமிநாத ஐயரும் அவர் மனைவி வசுமதியும் வர்றாளே, அதைப் பார்த்தா போதுமே'' என்று அவர் வர்ணிக்க, ராமாயணம் கேட்க வந்திருந்தவர்களின் பார்வை, கவனம், எண்ணங்கள் எல்லாமே ராமரை விட்டு, சீதையை விட்டு நாதன் பக்கமும், வசுமதி பக்கமும் திரும்பின. அவர்கள் இருவரும் அடக்கமாகப் போய் அமர்ந்தார்கள். மாங்காடு மகாதேவ பாகவதர் ராமாயணத்தையும், நடு நடுவே, சுவாமிநாதன் என்ற தன் பெயரைச் சுருக்கி 'நாதன்' என்று வைத்துக் கொண்டிருந்த, நமது தொழிலதிபரின் புராணத்தையும் கலந்து சொல்லி ஒரு வழியாக அன்றைய கதையை முடித்தார். அங்கு அளிக்கப்பட்ட மரியாதைகளைப் பெற்றுக் கொண்டு நாதனும் வசுமதியும் புறப்படுவதற்கு சுமார் இரவு ஒன்பது மணியாகி விட்டது. அங்கிருந்து நேராகக் 'கிளப்'பிற்குச் சென்றார்கள்.

கிளப்பில் நாதன் வருவதற்கு முன்னால், அவரைப் பற்றிப் பெரிய விமர்சனமே நடந்து கொண்டிருந்தது. ''ஹி ஈஸ் எ பிராமின்... ஆனா ரொம்ப தாராளமாகப் பழகக் கூடியவர்... ஃபேக்டரிக்குப் போனால் சிம்மந்தான். அது சரி! சமயத்துலே கண்டிப்பா இருக்கிறதுன்னு ஆரம்பிச்சாருன்னா காலணா பேறாது. ஆமா ஆமா... வேண்டாதவன்னு ஆயிட்டா,

நிமிஷத்துலே தூக்கி எறிஞ்சுடுவார் மனுஷன்..." இப்படிப் பல விதமான அபிப்பிராயங்கள்.

நாதனும், வசுமதியும் உள்ளே நுழைந்தவுடன் இத்தனை அபிப்பிராயங்களைச் சொன்னவர்களுமாகச் சேர்ந்து, உபசாரம் செய்ய ஆரம்பித்தார்கள். அவர் பக்கத்தில் யார் உட்காருவது என்பதில் போட்டி; வசுமதியுடன் யார் பேசுவது என்பதில் போட்டி! நாதனுக்கு டிரிங்க்ஸ் கொடுப்பது யார் என்பதில் போட்டி; புது அறிமுகங்களில் நீ முந்தி, நான் முந்தி என்ற போட்டி. அந்தப் போட்டிகள் விஷயத்தில் அபிப்ராய பேதமே இல்லை. அத்தனை அபிப்ராயங்களும் நாதன் பிரத்யட்சமாகத் தோன்றியவுடன் உருகிக் கறைந்து விட்டன.

இந்த உபசாரங்களெல்லாம் முடிந்தவுடன், வற்றிய தொண்டை சிறிது நனைந்தவுடன், அப்படி நனைத்துக் கொண்டதால் ஏற்கனவே களைத்திருந்த தேகம் நன்றாக அயர்ந்து போன வுடன், நாதன் விடை பெற்றார்.

அன்று கிளப்பில் அறிமுகமான புதிய நண்பர்களில் ஒருவர், மற்றவர்களை விடச் சற்று சாமர்த்தியசாலி. 'மிஸ்டர் நாதன்! உங்க கார் டிரைவர் கிட்டே நானே சொல்லி, காரை உங்க வீட்டுக்கு எடுத்துட்டுப் போகச் சொல்லிட்டேன். உங்களை யும், உங்க மனைவியையும் உங்க வீட்டுலே டிராப் பண்ற அதிர்ஷ்டம் எனக்கும் என் காருக்கும் கிடைக்கட்டுமேன்னு தான்' என்று கூறி பல் இளித்தார். வசுமதி உடனே சம்மதித் தாள். ஏனென்றால் அது நேரம் வரை அந்தப் புதிய நண்பர், பல ஜோக்குகளைச் சொல்லி வசுமதியை மகிழ வைத்திருந் தார். நாதனும், வசுமதியும் அந்தப் புதிய நண்பரின் காரில் ஏறிக் கொள்ள அவர்கள் பங்களாவில் — அரண்மனையில் என்றும் சொல்லலாம் - நள்ளிரவு சுமார் ஒரு மணிக்கு நாதனையும், வசுமதியையும் தன் காரில் கொண்டு வந்து இறக்கினார் அந்தப் புதிய நண்பர்.

கார் சப்தம் கேட்டவுடன் காவலாளிகூட எழுந்திருக்க வில்லை. ஆனால் பதினைந்து வயதுள்ள ஒரு சிறுவன் ஓடி வந்து காரின் கதவைத் திறந்தான். இடுப்பில் ஒரு நாலு முழத் துண்டு, உடலுக்கு மேல் ஒரு சிறிய டவல், நெற்றியில் பட்டை யாக விபூதி, சற்றே கலைந்திருந்த கிராப்புத் தலை. அந்தச் சிறுவன், நாதன் வண்டியை விட்டு இறங்கும் போது, 'இன்னிக்கு ஒரு மணி ஆயிடுத்தேப்பா!' என்று கூறிவிட்டு லேசாகச் சிரித்துக் கொண்டே உள்ளே சென்றான்.

நண்பர் நாதனைப் பார்த்து, ''என்ன சார் இது? உங்க வீட்டு சமையற்காரப் பையன் உங்களைப் பார்த்து, 'அப்பா'ன்னு சொல்றானே?'' என்று வியந்து கேட்டார்.

நாதன் வசுமதியைப் பார்த்து ''அவர் என்ன கேட்டார்னு காதுலே விழுந்ததா வசு?'' என்றார்.

வசுமதி 'காதில் விழுந்தது' என்று சொல்கிறாற் போல தலையசைத்தாள். 'நீராகார'த்தைச் சற்று அதிகமாகவே உள்ளே தள்ளியிருந்த அந்த நண்பர் மீண்டும் பேசினார்:

''நான் சொல்றேனேன்னு தப்பா நினைக்காதீங்க மிஸ்டர் நாதன். உங்களுக்கு தெரியாதது ஒண்ணுமில்லே. இந்தக் காலத்துலே எல்லார்கிட்டேயும் சோஷியலா பழக வேண்டி யதுதான், ஒப்புக்கிறேன். அதுக்குன்னு வேலைக்காரப் பையன்... அவன் சின்னவனா இருந்தாலும் சரி, அநாதையா இருந்தா லும் சரி — நம்மைப் பார்த்து அப்பான்னு கூப்பிடற அளவுக் கெல்லாம் வெச்சுக்கக் கூடாது. இந்தப் பையனுக்கு ஏன் இவ் வளவு இடம் கொடுத்தீங்க? ஏதாவது தூரத்து உறவுக்காரப் பையனா? உங்களைப் போய் அப்பான்னு கூப்பிடறானே! ஏன் சார்?''

''ஏன்னா கேக்கறீங்க? ம்... ம்... ம்... அது என் தலை எழுத்து! விதி! குட் நைட்'' என்று கூறி, வசுமதி பின்தொடர வீட்டினுள்ளே சென்றார் நாதன்.

2

வீட்டினுள் நுழைந்த நாதனின் மனம் பட்ட வேதனையை அவர் முகம் எடுத்துக் காட்டத் தவறவில்லை.

நாதனைச் சமாதானப்படுத்தும் வகையில் வசுமதி, ''அந்த ஃபிரண்டு புதுசு. ஏதோ தெரியாமக் கேட்டுட்டார். அதுக்காக இப்படி மூஞ்சியைத் தொங்கப் போட்டுப்பானேன்?'' என்றாள்.

மாடிப் படிகளில் ஏறிக் கொண்டிருந்த நாதன், வசுமதியைத் திரும்பிப் பார்த்தார். ''இந்த ஆள் மட்டும்தான் இப்படிக் கேட்டானா? இவனுக்கு முன்னாலே யாருமே நம்மைக் கேட்டதில்லே?'' என்றார். வசுமதியால் பதில் சொல்ல முடியவில்லை.

இதற்கு முன்னும் ஓரிரு முறை சிலர், அந்தப் பையன் 'அப்பா' என்று நாதனை அழைப்பது பற்றி வியப்பைத் தெரிவித்திருந்தார்கள். அது வசுமதிக்கும் தெரியும். ஒன்றும் பேசாமல் வசுமதி மாடிப் படிகளில் ஏறினாள். படுக்கையில் சாய்ந்த பிறகும்கூட நாதனின் மனவேதனை அடங்கவில்லை. வசுமதியிடம் ஏதோ கேட்டுக் கொண்டே இருந்தார்.

''நாம ரெண்டு பேரும் போன ஜென்மத்திலே பண்ண பாவம்தான், இவன் நமக்குப் பிள்ளையாய்ப் பிறந்து இருக்கான்'' என்று கூறி பேச்சுக்கு முற்றுப் புள்ளி வைத்து விட்ட பாவனையில் வசுமதி படுத்துக் கொண்டு விட்டாள்.

★ ★ ★

ஆம். அந்தச் சிறுவன், நாதனின் மகன்தான். அவனுடைய பிரச்னையைத் தீராத பிரச்னையாக நினைத்து வசுமதி தன்னைத் தேற்றிக் கொள்ள ஆரம்பித்து சில மாதங்கள் ஆகிவிட்டன. ஆனால், நாதனால் சுலபத்தில் தன் மனத்தைச் சமாதானப் படுத்திக் கொள்ள முடியவில்லை.

தன் மகன் மிகப் பெரிய ஏமாற்றமாக இருந்தால்கூட தாயார் அதை ஏற்றுக் கொள்ளத் தயாராகி விடுகிறாள். ஆனால் மகனுடைய தோல்விகளும், குறைகளும் தகப்பனின் மனதை வாட்டி எடுத்து விடுகின்றன. இது உலக இயல்பு. மகனின் தோல்விகள் ஒரு தந்தையின் மனத்தை வருத்துகின்றன. தாயாருக்கோ இவையெல்லாம் இரண்டாம் பட்சமே. தந்தை மகனிடத்தில் தன்னையே காண்கிறான். அதனால்தான், மகனுடைய வெற்றிகள், தன்னுடைய சொந்த வெற்றிகளாகத் தோற்றமளித்துத் தந்தையை உற்சாகப்படுத்துகின்றன. மகனுடைய தோல்விகள், தன்னுடைய சொந்தத் தோல்விகள் போல் உருவெடுத்துத் தந்தையை வாட்டுகின்றன.

தாயாரோ தன் மகனிடத்தில் தெய்வத்தையே காண்கிறாள். ஆகையால் தெய்வத்தைப் போல் மகனையும் வெற்றி தோல்விகளுக்கு அப்பாற்பட்டவனாக அவள் மனம் ஏற்றுக் கொண்டு விடுகிறது.

மகனின் போக்கை தெய்வத்திடம் விட்டு வசுமதி தூங்க ஆரம்பித்து விட்டாள். ஆனால் நாதனோ, அவர்கள் மகன் அசோக்கை நினைத்து தூங்க முடியாமல் தவித்துக் கொண்டிருந்தார். எல்லாவற்றையும் தாங்கிக் கொண்ட அவரால், அன்று காலையில் அசோக் செய்த விபரீதமான செயலைத் தாங்க முடியவில்லை. 'அடுத்து இவன் என்ன செய்யப் போகிறான்' என்ற பயம் அவரை வாட்டியது.

'எவ்வளவு பெரிய கோட்டை கட்டினோம்? அது இப்படி மண்ணோடு மண்ணாகிப் போய்க் கொண்டிருக்கிறதே?' என்று நினைத்து குழம்ப ஆரம்பித்தார்.

கல்யாணமாகி பல வருடங்கள் வரை நாதனுக்கும், வசுமதிக்கும் குழந்தை பிறக்கவில்லை. வேண்டாத தெய்வம்

கிடையாது. செய்யாத தர்மம் இல்லை. போகாத கோயில் இல்லை. இவையெல்லாம் தவிர, மாங்காடு மகாதேவ பாகவதரின் ஹோமங்களையும், நாதன் நடத்தி வைத்தார். மாங்காடு மகாதேவ பாகவதர், வேதங்கள், தர்ம சாஸ்திரங்கள், புராணங்கள் முதலியவற்றில் நல்ல பரிச்சயம் உள்ளவர், சென்னைக்கு வரும் போதெல்லாம் நாதனின் வீட்டில்தான் தங்குவார்.

நாதன் வாழ்க்கையில் முன்னேறத் தவித்துக் கொண்டிருந்த காலம் ஒன்றிருந்தது. அவர் சாதாரண சுந்தர சுவாமிநாத ஐயராக இருந்த காலம். ஒரு பிரைவேட் கம்பெனியில் குமாஸ்தாவாகப் பணியாற்றிக் கொண்டு இருந்தார். அப்போதே அவருக்குத் தெய்வ நம்பிக்கை உண்டு. அதனுடன்கூட, வாழ்க்கையில் எல்லாவிதமான ஆசைகளும் உண்டு. 'தான் ஒரு தொழில் அதிபர் ஆகிவிட வேண்டும்' என்று ஏகாக்கிர சிந்தையுடன் இருந்தார். திடீரென்று ஒரு நாள் மாதச் சம்பளம் கையில் கிடைத்த உடன் வேலையை ராஜினாமா செய்தார், வியாபாரம் செய்ய ஆரம்பித்தார்.

அவர் கடைசியாக வாங்கிய ஒரு மாதச் சம்பளம்தான் முதலீடு. என்ன வியாபாரம் என்று இல்லாமல், பீடாக் கடையிலிருந்து சிற்றுண்டிச் சாலை வரை, மளிகைக் கடையில் இருந்து கட்டிட கான்ட்ராக்ட் வேலை வரை, பலவிதமாக உழைத்து, தனது அறிவையும், உழைப்பையும் மட்டுமே நம்பி, படிப்படியாக முன்னேறி மிகப் பெரும் தொழிலதிபர்களில் ஒருவர் ஆனார். அவர் வளர வளர பெயர் சுருங்கிச் சுருங்கி, சுந்தர சுவாமிநாத ஐயர், சுந்தர சுவாமி நாதனாகி, அதன்பின் சாமிநாதன் மட்டுமாகி, சாமியும் போய், நாதன் மட்டும் எஞ்சி நின்றது. பெயர் எடுப்பதும், பெயரை வளர்த்துக் கொள்வதும் பழங்காலம். பெயரைச் சுருக்குவதும், குறைப்பதுமே இன்றைய நாகரீகம்.

வாழ்க்கைப் பாதையில் வேகமாக, ஆனால் உறுதியுடன் ஒவ்வொரு அடியாக எடுத்து வைத்து நடந்து, தன் லட்சியத்தை

அடைந்த நாதன், தன்னுடைய திறமையையும் உழைப்பையும் தவிர, வேறு ஒன்றையும் பெரிதும் நம்பினார். ஜாதகப் பலன் களைப் பார்க்காமல் ஒரு காரியம்கூட அவர் செய்யவில்லை. அவர் குமாஸ்தா வேலையை உதறித் தள்ளி, பீடாக் கடை ஆரம்பிக்கும் போதே, 'துணிந்து செய், கெடுதல் வராது' என்று கூறியவர் மாங்காடு மகாதேவ பாகவதர். அதை தான் மறக்கவே இல்லை. வாழ்க்கையில் நாதன் முன்னேற முன் னேற மகாதேவ பாகவதர் மீது அவருக்கு ஏற்பட்ட விசுவாச மும் கூடவே வளர்ந்தது. அதனால்தான், இன்று ஒரு மிகப் பெரிய தொழிலதிபராக மாறிய பிறகும் கூட, மகாதேவ பாகவதர் சென்னை வரும் போதெல்லாம் தங்குவதற்கு இடம் வேண்டு மென்பதற்காகவே, நாதன் தன் பங்களா காம்பவுண்டுக்கு உள் ளேயே பாகவதருக்கும் ஒரு இடம் கட்டிக் கொடுத்து இருந்தார்.

பாகவதர், நாதனுக்கு 'நிச்சயம் மகப்பேறு உண்டு' என்று அடித்துக் கூறிக் கொண்டேயிருந்ததால்தான், நாதனும் பாகவதர் கூறிய ஹோமங்கள், க்ஷேத்திர விஜயங்கள் எல்லாவற்றையும் செய்து முடித்தார். ஆண் குழந்தை பிறந்தது. நாதனுக்கும், வசுமதிக்கும் தாங்க முடியாத சந்தோஷம். குழந்தை வளர வளர, நாதனுடைய மகிழ்ச்சி பெருமிதமாக உருவெடுக்க ஆரம்பித்தது. அவருடைய மகன் அசோக், சிறு வயதிலிருந்தே வெளிப்படுத்திக் கொண்டிருந்த அபார அறிவுத் திறமைதான் காரணம்.

சிறு வயதிலிருந்தே 'இவ்வளவு புத்திசாலியாக ஒரு பையனா?' என்று பார்த்தவர்கள் அனைவரும் வியக்கும் படியாக அசோக் வளர்ந்து வந்தான். படிப்பாக இருந்தாலும் சரி, விளையாட்டுக்களாக இருந்தாலும் சரி முதலிடத்தில் இருந் தது அசோக்தான். பத்து வயது வரை தந்தையின் மனத்திற்கு மகிழ்ச்சியூட்டிக் கொண்டிருந்த அசோக், அதற்குப் பின் அவரை அவ்வப்போது திகைக்கவும் வைத்தான்.

தன்னுடைய பல தொழிற்சாலைகள், நிறுவனங்கள் ஆகியவற்றின் விவகாரங்களை நாதன் நிபுணர்களுடன் விவாதித்துக் கொண்டிருப்பார். தொழில் நுட்ப விஷயங்கள், கணக்கு விவகாரங்களில் சில சமயங்களில் தலைவலியைக் கொடுக்கும். நிபுணர்கள் கூட, பிரச்னைக்குத் தீர்வு காண முடியாமல் தவித்துக் கொண்டிருப்பார்கள். அசோக் ஒரு மூலையில் உட்கார்ந்து ஏதாவது படித்துக் கொண்டு இருப்பான். திடீரென்று அவர்களுடைய பேச்சில் குறுக்கிட்டு, 'இப்படிச் செய்தால் என்ன?' என்று கேள்வியைப் போடுவான். அதுவே பிரச்னைக்கு விடையாக முடியும்.

இந்த மாதிரி அதீதமான புத்திசாலித்தனத்தை அசோக்கிடம் பார்க்கும் போதெல்லாம், நாதனுக்குக் கொஞ்சம் திகைப்பு வளர ஆரம்பித்தது.

மற்ற வீட்டுச் சிறுவர்கள் கொஞ்சம் அதிகமாகப் பேசினால், நமக்கு அது அதிகப்பிரசங்கித்தனமாகத் தெரியும். நம் வீட்டுச் சிறுவன், வீட்டிற்கு வரும் பெரியவர்களிடம் தத்துப் பித்து என்று பேசும் போது, அதுவே நமக்கு மேதா விலாசமாகத் திகழும். நமது நண்பர்கள் வீட்டுக்குப் போகும் போது, அவர்களுடைய வீட்டுப் பிள்ளைகள் நம்மைப் பார்த்து 'ஏய் அன்னிக்கு வந்தியே? நீ தானே' என்று கேட்டால், ஏக வசனத்தில் பேசியதால் கோபம் வந்து, 'இந்த வீட்டுப் பிள்ளை மரியாதை கெட்டவன். இவர்கள் அவனைச் சரியாக வளர்க்கவில்லை. இந்தப் பிள்ளை நிச்சயமாக உருப்படாது' என்று நினைத்துக் கொள்வோம்.

ஆனால், நம் வீட்டிற்கு வரும் நண்பர்களைப் பார்த்து நம் வீட்டுப் பிள்ளை, ''உம் மூஞ்சியைப் பார்த்தா குலங்கு மாதிலி இலுக்கு?' என்று 'ர'கரத்திற்குப் பதிலாக 'ல'கரத்தைப் பிரயோகித்து, மழலை அமுதத்தை அள்ளி வீசும் போது நாம் மனமகிழ்ந்து போவோம். 'குலங்கு மாதிலி இலுக்கு' என்ற

பேச்சை வாங்கிக் கொண்ட நண்பரின் மனம் படும் பாட்டைச் சற்றும் லட்சியம் செய்யாமல், அவரிடமே, "பையன் ரொம்பக் கெட்டிக்காரன். ஆறு வயசிலேயே என்னமா‍ப் பேசறான் பார்த்தீங்களா? இன்னும் 'ர' தான் சரியா வரலை. ஆனால் யாரைப் பார்த்தாலும் டக்கென்று கரெக்டா ஏதாவது சொல்லி விடுவான்" என்று சொல்லி மகிழ்வோம்.

அந்த நண்பர், நமது விரோதம் வேண்டாமென்று, "ஆமாம், சின்னப் பசங்க மக்கு மாதிரி ஒரே மத்தா உட்கார்ந்து இருக்காம, இந்த மாதிரி ஏதாவது தமாஷாப் பேசறது நல்லதுதான்" என்று கூறி, பையனின் முகவாய்க் கட்டையைப் பிடித்துக் கொஞ்சி, "உம் பேர் என்னடா கண்ணு" என்று கேட்பார். நமது வீட்டுப் படுசுட்டி தன் பெயரையா கூறும்? "உன் பேல் என்ன?" என்று கேட்கும். "சமத்து சமத்து" என்று அவர் அசடு வழியும் போதே, நாம் பெற்ற செல்வம் நம்மிடம் திரும்பி, 'அப்பா இவன் வெளியிலே போனப்புலம் நீ இவனை, 'கடங்காலன் வந்துட்டுப் போலான். கடங்காலன்'னு சொல்லி தலையிலே அடிச்சுப்பே, இல்லப்பா!" என்று கேட்பான். நாமும் சிரிப்போம், நண்பரும் சிரிப்பார்.

இதே நிகழ்ச்சி அவர் வீட்டில் நமக்கு நடந்தால், அந்தச் சிறுவனை மனமாரச் சபிப்போம். ஆனால் நம் வீட்டில் நடக்கும் போது, பையன் எதிர்காலத்தில் ஒரு மிகப் பெரிய அறிவாளியாக வரப் போவதற்கு இந்த மரியாதைக் கெட்ட தனத்தை ஒரு மிக நல்ல அறிகுறியாக எடுத்துக் கொள்வோம்.

பெரியவர்கள் சம்பாஷணையில், அசோக் குறிக்கிடும் போதெல்லாம் மரியாதை தவறியதில்லை. ஆனால், ஒரு விதமான அலட்சியமும் அவன் போக்கில் இருந்தது. அந்த அலட்சியத்தை மற்றவர்கள் 'பெரிய மனிதன் வீட்டுப் பிள்ளையின் கர்வம்!' என்று எடுத்துக் கொண்டார்கள். நாதனோ, அவனுடைய அறிவின் விளைவு என்று எடுத்துக் கொண்டார்.

எட்டாவது வகுப்பிற்குப் பிறகு அசோக், 'பள்ளிக்கூடப் பாடம் மட்டுமே படிப்பு' என்று இல்லாமல், தானாகவே அதற்கு மேலும் படித்துக் கற்றுக் கொள்ள ஆரம்பித்தான். அவன் மெட்ரிக் பரீட்சை எழுதும் போதே, கல்லூரிப் புத்தகங்களை யெல்லாம் கரைத்துக் குடிக்க ஆரம்பித்து விட்டான். ஆனால் இவற்றுடன் கூடவே, திடீர் திடீர் என்று ஏதோ ஒரு விதமான விரக்தி அவனிடம் அவ்வப்போது தோன்றி மறைந்தது. அம் மாதிரி சமயங்களில், வீட்டில் தந்தை தாயிடம் கூடப் பேசா மல் இருந்து விடுவான். "பள்ளிக்கூடத்துக்குப் போறதுனாலே என்னப்பா பிரயோஜனம்?" என்று சில சமயங்களில் நாத னிடம் கேட்பான். "இந்தப் பேக்டரி, பிஸினஸ் எல்லாம் எதுக் குப்பா? எல்லாத்தையும் விட்டுடுங்களேன்" என்று சில முறை சொல்வான். இந்தப் போக்குகளெல்லாம் நாதனுக்குப் பெரும் கவலையை அளிக்க ஆரம்பித்தன. மகாதேவ பாகவதர், 'எல்லாம் சரியாகப் போய் விடும்' என்று நாதனுக்கு ஆறுதல் சொல்லிக் கொண்டிருந்தார்.

★   ★   ★

ஒரு முறை, வசுமதியின் சிநேகிதிகள் வீட்டிற்கு வந்து இருந்த போது அசோக்கும் இருந்தான். பெண்களின் அரட்டை பெரிதாக வளர்ந்து கொண்டிருந்தது. எல்லோரும் பெரிய இடங் களைச் சேர்ந்தவர்கள். பெரும் பணக்காரர்களின் மனைவிகள். ஆகையால் பேச்சும் பெரிய 'லெவ'லிலேயே இருந்தது. "என் ஹஸ்பெண்ட் இருபது லட்சத்திற்கு இன்ஷூர் பண்ணி இருக் கார். நாளைக்கே ஏதாவது ஆச்சுன்னாகூட எனக்குக் கவலை இல்லை" — இப்படி ஒரு பதிவிரதை.

"சகுந்தலா சிவராம் இருக்காளே, அவ இப்பக் கூட ஹஸ்பெண்ட் சாப்பிட்ட பிறகுதான் சாப்பிடுவாளாம். இந்த மாதிரி நாட்டுப் புறமெல்லாம் இருந்தா, நாடு எப்படி முன் னேறும்?" — இப்படி ஒரு சீர்திருத்தவாதி.

''இந்த ஆத்மபவானந்தா, கீதையைப் பத்தி டிஸ்கோர்ஸ் பண்றாரே — கேட்டிருக்கியா? பேசாம வீட்டை விட்டுட்டு அவர் பின்னாலேயே போயிடலாம் போல் இருக்கும், அவ்வளவு பியூட்டிஃபுல் இங்கிலீஷ்!'' — இப்படி ஒரு பக்தை.

''என் ஹஸ்பெண்ட் ரகுராம் இருக்காரே, அவர் வீட்டில் டிரிங்ஸ் சாப்பிடும் போது என் ஸன் ரமேஷுக்குக் கொஞ்சம் குடுத்துட்டுத்தான் சாப்பிடுவார். யூ நோ... ரமேஷுக்கு 18 வயதுதான் ஆவுது! ஹி லைக்ஸ் ஒன்லி ரம்'' — இப்படி ஒரு புதுமைப் பெண்.

அசோக் இதையெல்லாம் கவனிக்க நேர்ந்தது. அவனால் பொறுக்க முடியவில்லை. இவர்களிடையே போய் நின்றான். ''எனக்கு ஒரே ஒரு சந்தேகம். நீங்கள்ளாம் பெண்கள் தானா? கடவுளின் சிருஷ்டியிலேயே ஏதோ கோளாறு நடந்திருக்குன்னு நினைக்கிறேன்'' என்று சொல்லி விட்டு அந்த இடத்தை விட்டு நகர்ந்து விட்டான்.

அதற்குப் பிறகு, இந்தச் சிநேகிதிகளைச் சமாதானப் படுத்தி அனுப்புவது, வசுமதிக்குப் பிரம்மப் பிரயத்தனமாகி விட்டது. வேறு வழியில்லாமல் தன் மகனுக்கு 'அவ்வப் போது சித்தப் பிரமை வரும்' என்று கூறிச் சமாளித்தாள்.

நிலைமையைச் சமாளிக்க வசுமதி கூறிய பொய், காட்டுத் தீ போல் பரவியது. பெண்களிடம் கூறப்பட்ட விஷய மல்லவா? பத்திரிகையில் கொடுத்த விளம்பரம் போல் ஆகி விட்டது.

சாதாரணமாகவே பெண்களுக்கு ஒரு சுபாவம் உண்டு. மற்றவர்கள் வீட்டில் நடக்கும் துன்பங்கள், பெண்களுக்குக் கிடைக்கும் ஒரு பெரிய மன ஆறுதல். தங்கள் வீடுகளிலிருக்கும் கஷ்டங்களை மறக்க, தங்கள் வாழ்க்கையில் ஏற்படும் ஏமாற் றங்களைத் தாங்கிக் கொள்ள — மற்றவர்கள் வீடுகளில்

ஏற்படும் அசம்பாவிதங்களே, பெண்களுக்குப் பெரிதும் உதவி யாக இருக்கின்றன.

''ஐயோ பாவம்! கந்தசாமி வீட்டுப் பையன், ஆபீசிலே திருடி மாட்டிக்கிட்டானாமே, ஐயோ பாவம்!'' என்று கூறி, 'ஐயோ பாவம்' என்ற வார்த்தையைப் பரிதாபப்படுவது போலச் சேர்த்து, கந்தசாமி வீட்டுப் பையன் ஆபீசில் திருடியதை ஊர் முழுவதும் பரப்புவார்கள் பெண்கள். அப்படி வம்பு பேசும் பொழுது 'ஐயோ பாவம்' என்பது உண்மையில் பரிதாபச் சொல் அல்ல — பரவ வேண்டிய வம்பிற்கு, முன்னும் பின்னும் போடப்படும் அடைப்புக் குறி பிராக்கெட்! அவ்வளவுதான்!

''பத்மநாபன் வீட்டுப் பொண்ணு கண்ட கண்டவனோ டெல்லாம் சுத்தறாளாமே? அவளுக்கு எப்படித்தான் அவர் கல்யாணம் பண்ணி வைக்கப் போறாரோ'' என்று பச்சாதாபப் படுவார்கள்.

அந்தப் பெண் கண்டவனுடன் ஊர் சுற்றுகிறாள் என்பது, அவர்களால் ஒலி பரப்பப்படும் செய்தி. 'அவளுக்கு எப்படித் தான் அவர் கல்யாணம் பண்ணி வைக்கப் போறாரோ' என்பது 'செய்திகள் முடிவடைந்தன' என்ற அறிவிப்பு — அவ்வளவு தான். வார்த்தைகளில் 'அவர் எப்படிக் கல்யாணம் செய்து வைப்பார்' என்ற கவலை இருக்குமே தவிர, அதைச் சொல் லும் போது அவர்களது குரலில் 'பெண்ணுக்குக் கல்யாணம் செய்து வைக்க நிச்சயமாக அவரால் முடியாது' என்ற நம்பிக்கை யும், மகிழ்வும் ஒலிக்கும்.

மற்றவர்களுக்கு ஏற்படும் பெரிய துன்பங்களை நினைத்துத் தான், நமக்கு ஏற்படும் சிறிய துன்பங்களை நாம் மறக்க முயல் கிறோம். பொதுவாகவே இது மனித இயல்பு! பெண்களுக்கோ இந்த வகையில் ஆறுதல் அடைவது சர்வ சகஜம். அப்படிப் பட்டவர்களிடம் வசுமதி ஏதோ நிலைமையைச் சமாளிக்க

'என் மகனுக்குச் சித்தப் பிரமை' என்று கூற, அது ஊரெங்கும் பரவியது.

நாதனைக் கண்டு, அவர் செல்வத்தைக் கண்டு, அவருக்குச் சமூகத்தில் இருந்த அந்தஸ்தைக் கண்டு, வயிறு எரிந்தவர்களுக்கெல்லாம் இந்த வதந்தியே ஒரு வரப்பிரசாதமாக அமைந்தது. ''என்ன பணம் இருந்து என்ன பிரயோஜனம்? இப்படி ஒரு பைத்தியக்காரப் பிள்ளையைப் பெத்து வெச்சிருக்காரே! அந்த மனுஷனாலே நிம்மதியாத் தூங்கக்கூட முடியாதே! அதைவிடப் பேசாம நம்ம மாதிரி சாதாரணமா இருந்துட்டுப் போறது எவ்வளவோ மேல். வாழ்க்கையாவது நிம்மதியா இருக்கும்'' என்று தங்கள் தங்கள் வீடுகளில் பேசிக் கொண்டு, நிம்மதி இல்லாத தங்கள் வாழ்க்கையில் நிம்மதியைத் தேடிக் கொண்டார்கள்.

ஊராரின் பொறாமையையும், வயிற்றெரிச்சலையும் சற்றாவது தணிப்பதற்காகத்தானோ என்னவோ — இறைவன், பெரும் வெற்றிகளை அடையும் மனிதர்களுக்குக் கூடவே ஏதாவதொரு மனக் குறையையும் கொடுத்து விடுகிறார். அந்த மனக்குறை, மற்ற மனிதர்களுக்கு மன நிறைவாக இருந்து ஆறுதல் அளிக்கிறது.

ஊராரின் பேச்சிற்கு ஏற்றாற் போல அசோக்கின் நடை உடை பாவனைகள் கூட மாற ஆரம்பித்தன. அடிக்கடி தனிமையை விரும்ப ஆரம்பித்தான். நல்ல உடைகள் அணிவதை படிப்படியாகக் குறைத்து விட்டான், காலேஜில் சேரும் போது 'இடுப்பில் நாலு முழத் துண்டோடுதான் போவேன்' என்று பிடிவாதம் பிடித்தான். ஆனால் இவற்றுடன் கூடவே அறிவு தீட்சண்யமும் வளர்ந்து கொண்டே போயிற்று. கல்லூரி பிரின்ஸிபாலே திகைக்கும்படி அவனுடைய புத்திக் கூர்மை பிரகாசித்தது.

ஆனால் திடீரென்று ஒரு நாள் 'கல்லூரிக்குப் போக மாட்டேன்' என்று கூறிவிட்டான். நாதனும், வசுமதியும் அவனிடம் எவ்வளவோ மன்றாடினார்கள். ''மகனைக் கல்லூரிக்கு அனுப்பி வையுங்கள். அவனால் எங்கள் கல்லூரிக்கே மிகப் பெரிய பெயர் கிடைக்கும்'' என்று பிரின்ஸிபாலே வந்து கெஞ்சினார். ஆனால் அசோக் ''இந்தப் படிப்பை கன்டின்யூ பண்றதனாலே எந்த விதமான பிரயோஜனமும் இல்லே, எனக்கு என்னவோ பிடிக்கலை. நான் போக மாட்டேன்'' என்று மரியாதையுடன், ஆனால் உறுதியாகக் கூறி மறுத்து விட்டான்.

நாதனுடைய நண்பர்களை, அவர்கள் எதிரிலேயே 'பொய்யான வாழ்க்கையை நடத்துபவர்கள்' என்று வர்ணிப்பான். எந்த நிமிடத்தில் என்ன பேசுவான், எப்படி நடந்து கொள்வான் என்பதெல்லாம் யாருக்குமே புரியவில்லை.

வீட்டிற்குப் புதிதாக வருபவர்கள் அசோக்கைப் பார்த்து, அந்த வீட்டின் சமையல்காரன் அல்லது வேறு ஏதோ வேலைக்காரன் என்று திகைக்குமளவிற்கு, அவனுடைய தோற்றம் மாறி விட்டிருந்தது. இதையெல்லாம் நினைத்துப் பார்த்துக் கொண்டே தூங்காமல் படுக்கையில் புரண்டு கொண்டிருந்தார் நாதன்.

கடைசியாக, அன்று விடியற்காலை நடந்த நிகழ்ச்சி அவர் கண்முன் தோன்றி, அவரை ஒரு உலுக்கு உலுக்கியது. தன்னுடைய கல்லூரிப் புஸ்தகங்கள், அதற்கு முன் படித்த பள்ளிக்கூடப் புஸ்தகங்கள், பேண்ட், ஷர்ட் வகையறாக்கள், அவனுடைய கெடிகாரம், பேனா, ரேடியோ — இப்படி அவனுக்காக நாதன் வாங்கிக் கொடுத்து இருந்த பலவற்றையும் குவித்து வைத்து அசோக் அவற்றிற்குத் தீ முட்டினான். நெருப்பில் அவை பொசுங்கிக் கொண்டிருக்கும் போது, நாதன் அவற்றைப் பார்த்துத் திடுக்கிட்டார்.

''ஏண்டா இப்படிச் செய்யறே அசோக்!'' என்று அலறினார்.

"ஒண்ணும் இல்லேப்பா இப்படிச் செய்யணும்னு தோணித்து, அதனாலே செய்யறேன்" என்று சர்வ சாதாரண மாகப் பதில் அளித்துவிட்டு, அசோக் நகர்ந்து விட்டான்.

அந்த நெருப்பு ஜ்வாலையையும் தன் மகனையும் பார்த்துக் கொண்டே திக்பிரமித்து நின்று கொண்டிருந்த நாதனின் கண் எதிரிலேயே, எல்லாம் பொசுங்கிச் சாம்பலாகி, புகை மண்டலம் மட்டும் மிஞ்சி நின்றது. நாதன் கையிலிருந்த 'பைப்'பின் புகையில் அசோக் வளர்த்த நெருப்பின் புகை தோற்றமளிப்பது போல் அவருக்குத் தோன்ற, அந்தப் புகையில், தன் மகனின்மீது தான் வைத்திருந்த நம்பிக்கையெல்லாம் புகைந்து போனதைப் பார்த்தார் நாதன். அதற்குப் பின் அவருக்குத் தூக்கம் பிடிக்கவில்லை.

அடுத்த நாள் காலை திடீரென்று இந்த மாபெரும் பிரச்னைக்கு ஒரு முடிவு தோன்றும் என்று அவர் எதிர்பார்க்கவே இல்லை. தனது வாழ்க்கை முன்னேற்றத்திற்கு ஒரு பெரும் வழிகாட்டியாக நின்ற மகாதேவ பாகவதர், இந்தத் தீராத பிரச்னைக்கும் ஒரு தீர்வு சொல்வார் என்று நாதன் சற்றும் எதிர்பார்க்கவில்லை.

அடுத்த நாள் காலை வந்தது. பாகவதர் நாதன் வீட்டிற்கு வந்தார். கூடவே அசோக்கின் போக்கை மாற்ற ஒரு வழியையும் அவர் கொண்டு வந்தார்.

அடுத்த நாள் காலை பாகவதர் வருவதற்கு முன்பாக, நாதன் பூஜை செய்து கொண்டிருந்தார். அதாவது தன் வீட்டுப் பூஜை அறையில் இருந்த தெய்வங்களின் படங்களுக்கு நமஸ்காரம் செய்து விட்டு, கொஞ்சம் விபூதியை எடுத்து

இட்டுக் கொண்டிருந்தார். இதைத்தான் பூஜை என்று சொல்லிக் கொள்வது நாதனின் வழக்கம். அதில் தவறுமில்லைதான். மனமார தெய்வத்தை நம்புபவன், தெய்வத்தை நினைக்கும் போதெல்லாம் பூஜைதானே செய்கிறான்!

நாதன் விபூதியை நெற்றியில் இட்டுக் கொள்ளவில்லை. தனது ஷர்ட்டுக்குள் இருந்த, பனியனுக்குள் இருந்த தனது மார்பகத்தில் விபூதியைச் சற்றுப் பூசிக் கொண்டார்.

'நெற்றியில் விபூதியைப் பூசிக் கொண்டு, திடீரென்று அந்தச் சமயத்தில் யாராவது பெரிய மனிதர்கள் வந்து விட்டால், அவர்கள் எதிரில் விபூதியோடு போய் நிற்கக் கூச்சப்பட்டுக் கொண்டு, விபூதியை அழிக்க வேண்டியிருக்கும். அப்படி விபூதியை அழிப்பதற்கு மனம் வராது. கொஞ்சம் பயமாக இருக்கும். 'கடவுளின் சாபத்திற்கு ஆளாகி விடுவோமோ' என்ற நடுக்கம் லேசாக ஏற்படும். அதே சமயத்தில், விபூதி யோடு போய் பெரிய மனிதர்கள் எதிரில் நின்றால், அவர்க ளுடைய கேலிக்கு ஆளாகி விடுவோமோ என்ற கவலையும் ஏற்படும். இந்தத் தர்மசங்கடத்தைத் தவிர்ப்பதற்காக, நாதன் நெற்றியில் விபூதியிடும் பழக்கத்தை வெகுநாளாகத் தவிர்த்துக் கொண்டு விட்டார். பனியனுக்குள் பத்திரமாக விபூதிப் பொட்டை வைத்து விட்டால், தெய்வம் என்ன செய்யுமோ என்ற பயமும் இல்லை. பெரிய மனிதர் கேலிக்கும் இடம் இல்லை. நெற்றியைவிட இதயம்தானே முக்கியம். 'நெற்றி யில் விபூதியை வைப்பதைவிட, இதயத்தில் வைப்பது கடவு ளுக்கு இன்னும் அதிக திருப்தியாகத்தான் இருக்கும்' என்று தன் மனதைச் சமாதானப்படுத்திக் கொண்டு விட்டார் நாதன்.

கடவுள் நம்பிக்கையையும், சம்பிரதாயப் பழக்க வழக் கங்களையும் விட மனமில்லாமல், 'நாலு பேர் கொஞ்சம் குறைவாக நினைத்து விடுவார்களோ' என்ற பயமும் மனதை வாட்ட, இலை மறைவு காய் மறைவாக சம்பிரதாயங்களைக்

காப்பாற்ற விரும்பி, பனியன் மறைவு, ஷர்ட் மறைவாக விபூதி இட்டுக் கொள்ளும் பிரகிருதிகளில் நாதனும் ஒருவர்.

ஆனால், அவர் மனைவி வசுமதியைப் பற்றி இப்படி எல்லாம் சொல்ல முடியாது. நாதனைப் போல் காலையில் குளித்தவுடன் பூஜை அறையினுள் சென்று, பூஜை என்ற பெயரில் ஒரு நமஸ்காரத்தைப் பண்ணி விட்டு வந்து விடும் பழக்கம், அவளிடம் கிடையாது. வசுமதி பூஜை அறையினுள் போனால், திரும்பி வெளியே வருவதற்குக் குறைந்தது பதி னைந்து நிமிடங்களாவது பிடிக்கும், பூஜை அறையினுள் வசுமதி போவது என்பதே சிநேகிதிகளுடன்தான். தங்கள் வீட்டு விசாலமான பூஜை அறையை எவ்வளவு சுத்தமாக வைத் திருக்கிறோம். அங்கு இருக்கும் படங்கள் யார் வரைந்தவை? எவை, எவை எந்த எந்த இடத்தில் இருந்து அன்பளிப்பாக வந்தன என்பதையெல்லாம், சிநேகிதிகளுக்கு விளக்க, வசுமதிக்குப் பதினைந்து நிமிடங்களாவது வேண்டாமா?

''அதோ அந்தப் பிள்ளையார் விக்ரஹம் இருக்கே, அதிலே தும்பிக்கை வலது பக்கம் திரும்பியிருக்கு பார். இம் மாதிரி விக்ரஹம் கிடைக்கிறதே அபூர்வம். வேணும்னா எந்த வீட்டிலேயும் போய்ப் பாரு. தும்பிக்கை இடது பக்கம்தான் திரும்பி இருக்கும். இந்த மாதிரி விக்ரஹம் வார்ப்படத்திலே வரவே முடியாது. அபூர்வமா ஒண்ணு ரெண்டுதான் தப்பிக்கும், அதிலே ஒண்ணுதான் எங்க வீட்லே இருக்கு. இந்த ராமர் படம் இருக்கே, ரவிவர்மாவோட ஒரிஜினல் பெயிண்டிங். வேறே எங்கேயாவது இந்த மாதிரி படம் ஏதாவது பாத்தி யானா அது டூப்ளிகேட்டுன்னு நீ நிச்சயமாகத் தெரிஞ்சுக்க லாம். இந்த 'ஓம்'ங்கற ஷேப்லே பல்ப் எரியறதே, இது என்னமோ கடையிலே வாங்கினேன்னு நினைக்காதே. ஸ்பெஷலா செய்யச் சொன்னது... 'ஆல் தி ட்வென்டி ஃபோர் அவர்ஸ், எரிஞ்சுண்டு இருக்கும். ஓம்முக்கு ஒம் ஆச்சு, நைட்லேம்புக்கு

நைட் லேம்பு ஆச்சு' என்றெல்லாம் ஆரம்பித்து, அந்த அறையின் அகல நீளம், சுவரில் பதித்திருக்கும் சலவைக் கற்களின் விசேஷம், இப்படிச் சகல விதமான வர்ணனைகளையும் கொடுத்து விட்டுத் தான் வசுமதி பூஜை அறையை விட்டு வெளியே வருவாள்.

'அலங்கார பிரியை' என்று வர்ணிக்கப்படும் அந்த மாகாளி பராசக்தி, அகிலாண்டேஸ்வரி, வசுமதியின் வர்ணனைகளையும் அலங்காரமாக எடுத்துக் கொள்ளப் பழகிக் கொண்டு விட்டாளோ என்னவோ தெரியாது — இந்த மாதிரி டாம்பீகங்களால் வசுமதிக்கு எந்த விதமான குறையும் வந்து விடவில்லை.

அன்று, நாதன் தன் பூஜையை முடித்துக் கொண்டு வெளியே வரவும், மகாதேவ பாகவதர் வீட்டினுள் நுழையவும் சரியாக இருந்தது. ''வாங்கோ... வாங்கோ, நேத்திக்கே வருவேங்கோன்னு நினைச்சேன்'' என்று வரவேற்றார் நாதன்.

பாகவதர் உரிமையுடன் சோபாவில் அமர்ந்து கொண்டார். ''அதுலே பாருப்பா சாமிநாதா, நேத்திக்கு வர முடியாமப் போச்சு. சில பேர் வீட்டுக்கெல்லாம் கூப்பிட்டிருந்தா, அவாளையும் திருப்திபடுத்தணுமோல்லியோ?''

''பால் சாப்பிடறேங்களா?''

''ஆட்சேபணை இல்லை.''

நாதன் உள்ளே பார்த்துக் குரல் கொடுத்தார். ''வசு! யாரையாவது கூப்பிட்டு பாகவதருக்கு ஒரு டம்ளர் மில்க் கொண்டு வரச்சொல்லு!''

''இன்னிக்குக் காத்தாலேந்து இது மூணாவது டம்ளர் பால் போற இடத்துலே எல்லாம் சாப்பிட வேண்டியிருக்கு. யார் மனசையும் நோகடிக்க எனக்கு மனசு வரலை. அதுலே

பாருப்பா சாமிநாதா, பிறத்தியாரை நம்மளாலே ஏதோ சந்தோஷப் படுத்த முடியும்னா படுத்திட்டுப் போக வேண்டியதுதானே!'' என்று பாகவதர் சொல்லிக் கொண்டிருக்கும் போதே, நீல கண்டன், தன் மனைவி பார்வதமும், மகள் உமாவும் பின் தொடர, நாதனின் வீட்டினுள் நுழைந்தார்.

நீலகண்டன் அரசாங்கத்தில் ஒரு உயர்ந்த பதவியை வகித்துக் கொண்டிருந்தார். நாதனுக்கு வெகுதூரத்து உறவு. ஆனால், மிக நெருங்கிய நண்பர். அவர் மனைவி பார்வதம் மிகுந்த தெய்வ பக்தி உடையவள். மகள் உமா அந்த வருடம் கல்லூரியில் சேர்ந்திருந்தாள்.

நீலகண்டன் உள்ளே நுழையும் போதே பாகவதர் பேசிக் கொண்டிருந்ததைக் கேட்டுக் கொண்டுதான் வந்தார். அவர் சில முறைகள் பாகவதரை நாதன் வீட்டில் சந்தித்திருந்தார். யாரையாவது ஒரு முறை சந்தித்தால் போதும் நீலகண்டனுக்கு — அவர்களிடம் பச்சை பச்சையாக எது வேண்டுமானாலும் பேசி விடுவார். உள்ளே நுழைந்தவுடனேயே பாகவதரைப் பார்த்து, ''என்ன பாகவதர்வாள், சௌக்கியந்தானா?'' என்றார்.

''ஆஹா! சௌக்கியத்திற்கு என்ன குறைச்சல்? ஈஸ்வரன் கிருபையாலே ஒரு குறைச்சலும் இல்லே.''

''ஈஸ்வரன் கிருபையா? நாதன் கிருபைன்னு சொல் லுங்க. இவன்தானே சார் உங்களுக்கு எல்லா சௌகரியமும் பண்ணிக் கொடுத்துண்டே இருக்கான்? இவனுக்குத் தேங்க்ஸ் சொல்வீங்களா; அதை விட்டுட்டு ஈஸ்வரனுக்குத் தேங்க்ஸ் சொல்றீங்களே!''

''சரி உங்களுக்கு அதுதான் இஷ்டம்னா அப்படியே வெச்சுக் குங்கோ. ஈஸ்வரன்தானே எல்லாரையும் ஆட்டிப் படைக்கிறான்! நாதன் எனக்கு ஏதாவது செய்தார்னா அதுவும் ஈஸ்வரன் செய் றதாத்தானே அர்த்தம்? நான் அப்படி நினைச்சுக்கிறேன்.''

''அப்படியா, சரி, இப்போ உங்க கையிலே இருக்கிற பால் டம்பளரைத் தட்டி விடணும்னு எனக்குத் தோன்றது. டம்ளரை நான் தட்டி விட்டா, ஈஸ்வரன்தான் தட்டி விட்டார்ன்னு நினைச்சுக்குவேங்களா?''

''வேற வழி? அப்படி நினைச்சுண்டாதானே உம்ம மாதிரி மனுஷா பேசறதையெல்லாம் தாங்கிக்க முடியும்'' என்று கூறிய பாகவதர், டம்ளரில் மீதம் இருந்த பாலை ஒரே மடக்காகக் குடித்து விட்டு, நீலகண்டனைப் பார்த்து ''இப்ப டம்ளரைத் தட்டிட்டு உட்காருங்கோ. ஈஸ்வரன் தட்டி விட்டுட் டார்னு கூட இல்லே — அசல் சனீஸ்வரனே ப்ரத்யக்ஷமா நேரே வந்து, தட்டி உட்டார்னு நினைச்சுக்கறேன்'' என்றார்.

இவர்கள் இருவரும் எப்போது சந்தித்துக் கொண்டா லும், நாதன் கொஞ்சம் உஷாராகவே இருப்பார். பேச்சு கொஞ் சம் இசகு பிசகாகத்தான் போகும் என்பது அவருக்குத் தெரியும். அவ்வப்போது தலையிட்டு சற்று தணித்து வைப்பார். இப்போதும் இவர்கள் பேச்சில் நாதன் குறுக்கிட்டு, ''என்னப்பா நீலகண்டன் எப்பப் பார்த்தாலும் தமாஷ் பண்ணிண்டு'' என்று சொல்லி விட்டுப் பர்வதத்திடம், "வசு உள்ளே இருக்கா, உமாவை அழைச்சுண்டு நீங்க உள்ளே போங்கோ'' என்றார்.

பர்வதமும் உமாவும் உள்ளே சென்றார்கள்.

நீலகண்டன் மீண்டும் ஆரம்பித்தார், ''பாகவதர்வாள்! நான் உள்ளே வர்றப்போ, நீங்க பேசிண்டிருந்ததைக் கேட் டேன்'' என்று அவர் ஆரம்பிக்க, பாகவதர் குறுக்கிட்டு, ''ஒட்டுக் கேக்கறப் பழக்கம் ரொம்ப நல்லது, அதை விட்டுடாதேள்'' என்று சொல்லி வைத்தார்.

''நீங்க பேசறதை ஒட்டுக் கேக்க வேண்டிய அவசியமே இல்லையே. குரல் எடுத்தேள்னா ஒம்பது தெருவுக்குக் கணீர்னு கேக்குமே? அது சரி... 'நம்மாலே சந்தோஷப்படுத்த வேண்டியதுதான்'னு சொல்லிண்டிருந்தேங்களே.''

''ஆமாம் அதனாலேதான் இப்ப நீங்க பேசறதை, நான் கேட்டுண்டிருக்கேன். ஏன்னா, நீங்க பேசறதை மத்தவா கேட்டுக்கறதுலே உங்களுக்குப் பரம திருப்தின்னு எனக்குத் தெரியும். பேசுங்கோ, கேட்டுக்கறேன்!''

''பாகவதர்வாள், ஒளிவு மறைவு இல்லாம பதில் சொல்லணும். நீங்க காலட்சேபம் பண்ணிண்டிருக்கிற சமயத்திலே நாதன் வந்தாலும் சரி, வேற எவனாவது பெரிய மனுஷன் வந்தாலும் சரி, உடனே அவாளைப் புகழ ஆரம்பிச்சுடறேங்களாமே? கேள்விப்பட்டேன், அது என்ன சார் பழக்கம்!''

பாகவதர் மௌனமாக நாதனை ஒரு முறை பார்த்தார். பிறகு ஒரு தீர்மானத்துக்கு வந்தவராக ஆரம்பித்தார். ''அதுலே பாருங்கோ நீலகண்டன், இப்பவெல்லாம் கோவில் தர்ம காரியங்கள், ஹோமங்கள், காலட்சேபங்கள் — இந்த மாதிரி கடவுள் நம்பிக்கையை வளர்க்கற பல சமாசாரங்கள் — இதுக்கெல்லாம் பணம் குடுத்து உதவி பண்றவா ரொம்பக் குறைவு. ஏதோ சாமிநாதனைப் போல சில பேர்தான் மனசு வந்து தாராளமா உதவி பண்றா. அவா அதை ஒரு பெருமைக்காகவும் பண்ணிக்கலாம். ஆனா உதவி பண்றாங்கறதை ஆட்சேபிக்க முடியாது. அவாளைப் பத்தி என் உபந்யாசத்திலே ஒசத்தியா ரெண்டு வார்த்தை சொன்னா நான் என்ன குறைஞ்சா போயிடப் போறேன்? அதைக் கேட்டாவது இன்னும் ரெண்டு பேர் முன்வர மாட்டாளான்னு ஒரு அல்ப ஆசைதான் காரணம். இப்ப நீங்களே இருக்கேள்! இந்த மாதிரி காரியத்துக்கெல்லாம் காலணா கொடுத்தது கிடையாது. சாமிநாதனைப் பத்தி நான் பப்ளிக்காப் புகழ்ந்துடறது உங்களுக்குப் பொறுக்கலே, இன்னும் ரெண்டு தடவை அந்த மாதிரி கேள்விப்பட்டேள்னா, 'சாமிநாதன் உதவி பண்றதுனாலேதானே பாகவதர் அவன் பேரையே சொல்லிண்டிருக்கார். நாமும் ஏதாவது உதவி பண்ணித் தொலைப்போம். அப்ப நம்ம பேரையும் சொல்லுவார்' அப்படிங்கற எண்ணம் உமக்குத் தோணலாம். அட! அதுதான்

இல்லே — 'இந்தப் பாகவதன் என்ன? சும்மா சாமிநாதனையே புகழ்ந்துண்டிருக்கான். நாம வேற ஒரு பாகவதனுக்கு உதவி பண்ணினா, அவன் நம்மளைப் புகழ்ந்து சொல்லுவான்' அப்படின்னாவது நீங்க நினைக்கலாம். உங்களை மாதிரி நாலுபேரு இப்படியெல்லாம் நினைச்சா, எங்களை மாதிரி நாலு பாகவதன் பொழைப்பான். ஏதோ எங்களால் ஆன வரைக்கும் ஊருக்கு நல்ல விஷயங்களைச் சொல்லிண்டு, நாங்க கத்திண்டு இருப்போம். அட அதுவும் இல்லை, 'சாமி நாதன் போல இருக்கிற சில தர்மிஷ்டர்கள், நாம இவ்வளவு உதவி பண்றோம்! இதனாலே என்ன லாபத்தைக் கண்டோம்?' அப்படின்னு நினைச்சுடாமே, 'பாகவதர் நம்மைப் பத்திச் சொல்றாரே'ன்ற சந்தோஷத்துலே அவா செய்யற தர்மத்தைக் கன்டின்யூ பண்ணுவா இல்லையா! அது போறுமே!''

''ஸோ — அப்ப உங்க பிஸினஸ் நன்னா நடக்கறதுக்கு ஆள் தேடறேங்கோ, அதானே பாகவதர்வாள்!'' என்று நீல கண்டன் கேட்கும் போது, அசோக் வந்தான்.

நீலகண்டனைப் பார்த்து, ''ஆமாம் சார். அப்படியே வெச்சுக்கலாமே, காலட்சேபம் பண்றது பாகவதருடைய பிஸி னஸ்னே வெச்சிக்கலாம். அந்தப் பிஸினஸ் நன்னா நடக்கறது னாலே யாருக்கு சார் நஷ்டம்?'' என்று கேட்டான் அசோக்.

''ஊர் பூரா இவர் சொல்ற கதையை எல்லாம் நம்பிண்டு எத்தனையோ பேரு மடையனாகப் போறானே அது நஷ்டம் இல்லையா!''

''இவர் சொல்றது பூரா அநேகமா ராமாயண, மகாபாரதக் கதைகள். அதையெல்லாம் கேக்கறதுனாலேயா ஒருத்தன் மடையனாயிடுவான்னு சொல்றேங்கோ?''

''பின்னே என்னவாம்? ராமாயணம்; மகாபாரதம் எல் லாமே உடான்ஸ்தானே?''

''அதெல்லாம் உடான்ஸ்னு எப்படி சார் கண்டுபிடிச் சேங்கோ?''

''காமன்சென்ஸ்... பகுத்தறிவு, அதை யூஸ் பண்ணிப் பாருடா தெரியும்!''

''என்னுடைய பகுத்தறிவுக்கு எட்டினதை நான் சொல் றேன் சார். புராணக் கதைகளைக் கேக்கறோமே தவிர, அத னுடைய தத்துவங்களை முழுமையாப் புரிஞ்சுக்கற அளவுக்கு, நமக்கு அறிவு தீட்சண்யம் வளரலை அப்படின்னு என்னுடைய பகுத்தறிவு எனக்குச் சொல்றது? 'எல்லாமே நமக்குப் புரிஞ்ச விஷயம், அப்படி நமக்குப் புரியாத விஷயம் ஏதாவது இருந்து துன்னா, அது மடத்தனமாத்தான் இருக்கணும்'னு நினைக்கற வன்தான் ஒண்ணாம் நம்பர் மடையன் — அப்படின்னும் என் பகுத்தறிவு எனக்குச் சொல்றது.''

''ஏண்டா டேய், என்னை மடையன்னு சொல்றியா நீ?''

''உங்களுக்குப் புரியலைன்றதனாலே மட்டும் ஒரு விஷ யத்தை மடத்தனம்னு நீங்க நினைச்சா, நீங்க ஒரு மடையர் தான்.''

நாதனுக்குச் சற்றுக் கோபம் வந்தது. வெகுநேரமாகவே அவர் தவித்துக் கொண்டிருந்தார். பதினைந்து நிமிடத்துக்கு மேல் அவரால் 'பைப்' பிடிக்காமல் இருக்க முடியாது. பாகவதர் எதிரில் அவர் பைப் பிடிப்பது வழக்கம் இல்லை. அந்தத் துன்பமே அவரை வாட்டிக் கொண்டு இருந்தது. இப்போது நீலகண்டனை அசோக் 'மரியாதையாக மடையர் என்று வர் ணிக்கும் அளவுக்குப் போனது' அவர் கோபத்தைக் கிளறி விட, ''நிறுத்துடா முட்டாள். என்ன மரியாதை இல்லாமப் பேசறே?'' என்று அதட்டினார்.

இப்போது பாகவதர் குறுக்கிட்டார். ''ஏதோ சின்னப் பையன் தெரியாமப் பேசிட்டான். அதை எல்லாரும் மறந்து

ருங்கோ'' என்று கூறி விட்டு நீலகண்டனைப் பார்த்து, ''அதுலே பாருங்கோ நீலகண்டன், விஞ்ஞான ஆராய்ச்சி வளர வளர விஞ்ஞானத்துக்குக் கட்டுப்படாத எதுவுமே பொய்யாத் தான் தோணும். ஆனா பாருங்கோ, புராணக் கதைகள் மாதிரியே சில செய்திகள் இப்பெல்லாம் பத்திரிகையிலே வரது. உதார ணமா, விஸ்வாமித்திர மகரிஷி ராம-லட்சுமணர்களுக்குப் பசி, தாகம், களைப்பு எல்லாம் ஏற்படாமலிருக்க, இரண்டு மந்திரத்தை உபதேசம் பண்ணினதாகவும், அந்த மந்திரங் களை ஜெபம் பண்ணி, ராம-லட்சுமணர்கள் பசி, தாகமே இல்லாமல் இருந்ததாகவும் ராமாயணத்திலே வால்மீகி எழுதி யிருக்கிறார். இதை நிஜம்னு எந்த விஞ்ஞானியும் ஒப்புத்துக்க மாட்டான். ஆனா, 'தனலட்சுமின்னு ஒரு பொண்ணு ரொம்ப காலமாகவே எதுவுமே சாப்பிடாமே களைப்பே இல்லாமே ஆரோக்கியமா இருக்காள்'னு ஒரு செய்தி 1953-ம் வருஷம் எல்லாப் பேப்பர்லேயும் வந்தது. விஞ்ஞானிகளாலே இதுக்கு ஒண்ணும் காரணம் சொல்ல முடியலையே? அதுலே பாருங்கோ, அந்தப் பொண்ணு போன ஜென்மத்திலே எதிலேயாவது இந்த மந்திரங்களை ஜபம் பண்ணினாளோ என்னமோ — அதுக்குப் பலனைத்தான் இப்ப பார்க்கிறாளோ என்னவோ - யார் கண்டது? இன்னொரு விஷயம் கேளுங்கோ, மகாபாரதத் துலே சந்தனு மகாராஜனுடைய ரெண்டாவது பொண்டாட்டி சத்தியவதி மீன் வயித்துலே பொறந்தவள்னு கதை வருது. இது உடான்ஸ்னுதான் நீங்க சொல்வேள். 'மீன் வயித்திலயாவது மனுஷக் கொழந்தையாவது. காமன்சென்ஸை யூஸ் பண்றா, இடியட்'ன்னுதான் சொல்வேள். நான் படிச்ச, இன்னொரு பத்திரிகை செய்தியைச் சொல்றேன். கல்கத்தா மார்க்கட்டிலே பெரிய மீன் ஒண்ணு இருந்ததாம். அதைப் பிளந்தா, அதுலே எல்லா உறுப்புகளுடனும் ஒரு குழந்தை இருந்திருக்கு. ஆனா முழு வளர்ச்சி அடையலை. இதுக்கு என்ன எக்ஸ்பிளனேஷன்? சொல்லுங்கோ! காமன்சென்ஸை யூஸ் பண்ணி ஏதாவது

அசிங்கமாகச் சொல்லிப் புடாதேள். உருப்படியாச் சொல்லுங்கோ, கேட்டுக்கறேன்'' என்று ஒரு சிறிய உபன்யாசமே செய்து விட்டார் மகாதேவ பாகவதர்.

நீலகண்டன் விடுவதாக இல்லை. ''பாகவதர்வாள், இந்த நியூஸெல்லாம் பத்திரிகைகள்ளே நானும் படிச்சேன். அதெல்லாம் கூட உடான்ஸ்ன்னு நான் சொல்றேன். பத்திரிகையிலே வர்றது முக்காவாசி பேத்தல்தான்.''

அசோக் இடைமறித்தான். ''நேத்து பத்திரிகையிலே உங்களைப்பத்தி, ரொம்ப பிரகாசமான திறமை படைச்ச அதிகாரிகள்ளே நீங்களும் ஒருத்தர்னு எழுதியிருந்தது. அதுவும் பேத்தல்தானா ஸார்?''

இப்போது நாதன் எழுந்து நின்றார். ''இந்த டிஸ்கஷன் போறும். அசோக்! நீ போய் ஏதாவது வேற வேலையைப் பாரு. பாகவதர்வாள், நீலகண்டன் பிரமோட் ஆயிருக்கான். அதுக்காகத்தான் அவனுக்கு இன்னிக்கு நம்ம வீட்லே சாப்பாடு. நீங்களும், நீலகண்டனும் எப்ப மீட் பண்ணினாலும் ஆர்க்யூமென்ட் தானா?'' என்று கேட்டு விட்டு, நீலகண்டனைப் பார்த்து, ''ஏண்டா நீயாவது வாயைப் பொத்திண்டு சும்மா இருக்கக் கூடாதா?'' என்று கேட்டார்.

நீலகண்டன், ''இப்ப என்னடா நடந்து போச்சு? சும்மா ஒரு பேச்சு — அவ்வளவுதான். பாகவதர் ஒண்ணும் தப்பா எடுத்துக்க மாட்டார். என்ன பாகவதர்வாள்?'' என்று சொல்லி விட்டு பாகவதரைப் பார்த்தார்.

''நான்தான் சொல்லிட்டேனே! என்னாலே யாருக்காவது சந்தோஷம்னா, அந்த மாதிரி நடந்துண்டு போக நான் தயாராகத் தானே இருக்கேன்'' என்றார் பாகவதர்.

அப்போது நீலகண்டன், பேச்சை வேறு திசையில் மாற்றினார். எதிர்பாராத விதமாக அதுவே நாதனின் மிகப்

பெரிய பிரச்னையின் தீர்வுக்கு வழி தேட காரணமாக அமைந்து விட்டது. ''நாதன், நானும் ஒரு விஷயத்தைக் கவனிச்சுண்டு தான் இருக்கேன். இந்த அசோக் யாரையும் அலட்சியப்படுத்த றான். ஆனா பாகவதருக்கு மட்டும் அடிக்கடி வக்காலத்து வாங்கறான். கவனிச்சிருக்கியா நீ?''

இதற்கு நாதன் பதில் அளிப்பதற்குள் பாகவதர் சொன் னார்: ''அப்படி எல்லாம் நினைச்சு நீங்க வருத்தப்பட வேண்டிய அவசியம் இல்லே நீலகண்டன்! சில சமயத்திலே அவன் எங் கிட்டேயும் கொஞ்சம் விட்டேத்தியாத்தான் நடந்துக்கறான்.''

நாதன் சொன்னார்: ''இல்லை பாகவதர்வாள்! அவ னுக்கு யார்கிட்டயாவது மரியாதை இருக்குன்னா, அது உங்க கிட்டதான்னு நானும் நினைக்கிறேன். அவன் ப்ராளமே எனக்குப் பெரிய ப்ராளமாப் போச்சு. நேத்துக் கார்த்தாலே அவன், புஸ்தகம், ரேடியோ, கெடிகாரம் எல்லாத்தையும் போட்டுக் கொளுத்திப்புட்டான்'' என்று ஆரம்பித்து, அந்த நிகழ்ச்சியை யும், தன் மனச் சங்கடத்தையும் வர்ணித்தார்.

''ஒரு நல்ல ஸைக்கியாட்ரிஸ்ட் கிட்டக் காட்டு. எல்லாம் சரியாப் போயிடும்'' என்றார் நீலகண்டன்.

''ஸைக்கியாட்ரிஸ்ட் கிட்டே எல்லாம் அழைச்சுண்டு போறது வெளியிலே தெரிஞ்சா, இன்னும் கஷ்டமாப் போயி டுமே? ஏற்கனவே அவனுக்குச் சித்தபிரமைன்னு ஊர்லே பேச்சு'' என்று சொல்லிக் குழம்பினார் நாதன்.

பாகவதர், ''இதோ, பாருப்பா சாமிநாதன். நீலகண்டன் சொல்ற மாதிரி மனோதத்துவ நிபுணர்களால் தீரக்கூடிய பிரச்னை இல்லை இது. என் மனசுலே ரொம்ப நாளாவே உன் கிட்ட ஒரு விஷயம் சொல்லணும்னு இருக்கேன். இப்பத்தான் வேளை வாச்சிருக்கு. உனக்கு பூணூல் போடறப்போ, உன் வயது 22. கல்யாணத்தின் போதுதான் உனக்குப் பூணூலே போட்டா.

உனக்குத் தெரியுமோ, தெரியாதோ, உங்கப்பா ஒரு தரம் கூட காயத்ரி ஜெபம் பண்ணினதில்லையாம். அவரே என்கிட்ட சொல்லியிருக்கிறார். உன்னுடைய தாத்தா என் வயசிலே பூணூல் போட்டுண்டாரோ, அப்புறம் என்ன பண்ணினாரோ எனக்குத் தெரியாது. ஆனா இந்த மாதிரி அபச்சாரம் மூணு தலைமுறையா ஒரு பிராமணக் குடும்பத்துலே நடந்ததுன்னா, அதுக்கு அடுத்த தலைமுறையிலே பொறக்கற பையன் எந்த விதமான புனஸ்காரத்துக்கும் லாயக்கில்லாதவனாப் போயிட றான். அப்புறம் அவன் தபஸ், பிராயச்சித்தம் எல்லாம் பண்ணித்தான் கடைத் தேறணும். 'வ்ரத்யஸ்தோமா'ன்னு ஒரு யாகம் பண்ணித்தான் அவன் சமூகத்துக்கே திரும்பி வர முடி யும். இது சாஸ்திரத்திலே சொல்லியிருக்கு. அந்த மாதிரி ஏதோ ஒரு சாபந்தான் உன் பையன் அசோக்கை வாட்றதுன்னு என் அபிப்பிராயம். இந்தக் காலத்திலே தபஸ், பிராயச்சித்த மெல்லாம் சாஸ்திரத்திலே சொல்லியிருக்கிற மாதிரி செய்யறது நடக்காத காரியம். ஆனா குறைந்தபட்சம் அசோக்குக்குப் பூணூலையாவது போட்டுறலாமே! நியாயமா ஆறு, ஏழு வயசுலே போட்டிருக்க வேண்டியது. எப்படி இருந்தாலும் பதினாறு வயசுக்குள்ளே போட்டுறணும். நல்ல வேளையா அவனுக்கு இன்னும் 16 ஆகலே. அடுத்த முகூர்த்தத்திலே அவனுக்கு ஒரு பூணூலைப் போட்டுட்டா, அவனுக்கு எல்லா விதத்திலேயும் அது ஒரு பெரிய திருப்பமா முடியுங்கறது ஏதோ ஆரூடமா என் மனசுலே தோன்றது. பூணூல் போடறது னாலே ஒண்ணும் நஷ்டம் இல்லையே? செய்ய வேண்டிய காரியத்தைத்தானே செய்றோம். என் ஆரூடத்துனாலே ஒண்ணும் பிரயோஜனப்படலேன்னா, அப்புறம் நீலகண்டன் சொன்ன மாதிரி மனோதத்துவ நிபுணரைப் போய்ப் பாரு'' என்று மிகவும் அக்கறையுடன் கூறினார்.

நாதன், பாகவதர் சொல்வதை மனம் நெகிழ்ந்து கேட்டுக் கொண்டிருந்தார். ''நீங்க சொல்லி இதுவரைக்கும் எதுவுமே

பலிக்காம போனதில்லே. அசோக்கினுடைய பூணூலுக்கு ஏற்பாடு பண்ணிடறேன். அது அவனை மாத்திடும்னு நீங்க சொல்லிட்டேங்கோ! எனக்கு அது போதும்'' என்றார் நாதன்.

நீலகண்டனால் வாயைக் கட்டுப்படுத்த முடியவில்லை. பேசினார்.

4

''பாகவதர்வாள்! என்னமோ பூணூலைப் போட்டுட்டா எல்லாம் சரியாய்ப் போயிடும்னு சொல்றேங்களே! நான் என் பூணூலை எப்பவோ அறுத்துப் போட்டுட்டேன். அதனாலே நான் என்ன கெட்டா போயிட்டேன்? எனக்கு வேலையிலே மேலே மேலே ப்ரமோஷன் கிடைச்சிண்டுதான் இருக்கு'' என்றார் நீலகண்டன்.

''பூணூலை அறுத்துப் போட்டதனாலேதான் ப்ரமோஷன் கிடைச்சதுன்னு சொல்றேளா? அப்படி ஒரு ப்ரமோஷன் ஸிஸ்டம் இருக்கா?'' என்றார் பாகவதர்.

''அப்படிச் சொல்லலை; ஆனா, பூணூலை அறுத்துப் போட்டதுனாலே எனக்கு ஒண்ணும் கெடுதல் வந்துடலைன்னு சொன்னேன். காயத்ரி மந்திரத்தைப்பத்தி பிரமாதமாச் சொன்னேங்கோ. நீங்க ஒரு நாள் விடாம காயத்ரி மந்திரம் ஜெபிக்கிறவர்தான். நானும் சரி, நாதனும் சரி, அதெல்லாம் ஒண்ணும் சொல்றது கிடையாது. ப்ளெயினா கேக்கறேன் — எங்களை விட உங்களுக்கு என்ன பெரிய வாழ்வு கிடைச்சுடுத்து?''

''வாழ்வு கிடைச்சதோ இல்லியோ, என்னை விட எல்லா விதத்திலும் நன்னா வாழ்வு கிடைச்சிருக்கிற நாதன் தன் பிள்ளை நன்னா இருக்கணுமேங்கறதுக்காக, எங்கிட்ட வந்து,

யோசனை கேட்கும்படியா பகவான் பண்ணி வெச்சு இருக் கானே! அது ஏன்?''

''அது பகவான் பண்ணலை பாகவதர்வாள்! நாதனா பண்ணிக்கிற முட்டாள்தனம். நீங்க, ‘பூணூலைப் போடு’ன்னா உடனே, ‘இதோ கயிறு ரெடி’ன்றான்! போடறேங்கறான். நீங்க, ‘ஹோமம் பண்ணு’ன்னா உடனே வெரட்டியெடுத்து, அது மேலே நெருப்பைப் போட்டு, வீடு பூரா புகையாக்கிட றான். நீங்க அம்பாளுக்கு அபிஷேகம் பண்ணனும்னு சொன் னேங்கன்னா, 100 டம்ளர் காபிக்கு வேண்டிய பாலைக் கொண்டு போய்க் கோவில்லே கொட்டி, யாருக்கும் பிரயோஜனம் இல் லாமப் பண்ணிடறான். இதெல்லாம் பகவான் பண்ற காரியமா? நீங்க ஆயிரம்தான் சொன்னாலும் சரி, காயத்ரி மந்திரத்தை நீங்க சொல்லிண்டே இருக்கறதுனாலே நீங்க ஒண்ணும் ஒசந்து போயிடலே. அதைச் சொல்லாம இருக்கிறதுனாலே நாதனும் ஒண்ணும் குறைஞ்சு போயிடலே.''

''அதுலே பாருங்கோ பாகவதர், நாதனுக்கு இருக்கற சொத்து சுகத்துலே ஆயிரத்திலே ஒரு பங்குகூட எங்கிட்டே கிடையாது ஒப்புத்துக்கறேன். ஆனா, எனக்கு இருக்கற மன நிம்மதியிலே, லட்சத்துலே ஒரு பங்குகூட நாதனுக்குக் கிடை யாது. நான் சாதாரண மண்ணெண்ணெய் விளக்கு. நாதன் ஜெகஜ்ஜோதியா எரியற எலெக்ட்ரிக் லைட் ஒப்புத்துக்கறேன். ‘எப்ப ஃபியூஸாகுமோ, எப்ப பவர் கட் வருமோ, எந்த சமயத் துலே ஷாக் அடிச்சுத் தொலைக்குமோ’ங்கற பயமெல்லாம் சதா இருந்துண்டே இருக்கும். இந்தக் காலத்திலே எலெக்ட் ரிக் லைட் வசதியாத்தான் இருக்கு. எங்காத்துலேகூட எலெக்ட் ரிக் லைட்தான். எமர்ஜென்ஸி லைட்கூட வாங்கி வெச்சிருக் கேன். ஆனாலும், எதுக்கும் இருக்கட்டுமேன்னு மண்ணெண் ணெய் விளக்கும் ஆத்துலே வெச்சுக்க வேண்டியதா இருக்கு. எலெக்ட்ரிஸிட்டியாலே சாதிக்கறது பூரா, மண்ணெண்ணெ

யாலே சாதிக்க முடியும்னு நான் சொல்லலை. ஆனா, எலெக்ட்ரிக் லைட்டை நம்பறதைவிட 'மண்ணெண்ணெய் விளக்கு போனா, எலெக்ட்ரிக் லைட்டை யூஸ் பண்ணிக்கலாம்'னு யாரும் நினைக்கிறதில்லே. 'எலெக்ட்ரிக் லைட் எரியலைன்னா, மண்ணெண்ணெய் விளக்கை யூஸ் பண்ணிக்கலாம்னு எல்லாரும் நினைப்பா. ஏன்னா, இது சாஸ்வதம்; எலெக்ட்ரிக் லைட் அப்படியில்லே!''

''நீங்க என்ன சொல்றேங்கோ! காயத்ரி ஜெபம் மண்ணெண்ணெய் விளக்குன்னு சொல்றேங்களா பாகவதர்வாள்?'' என்று கேட்டுச் சிரித்தார் நீலகண்டன்.

''உங்ககிட்ட நான் இதெல்லாம் சொன்னதுக்குப் பதிலா அந்த சுவரு, இந்தத் தரை, மேலே கூரை இப்படி எதுங்கிட்ட யாவது சொல்லியிருக்கலாம். அதுக்கெல்லாம் நான் சொல்றது புரியறதோ புரியலையோ, பதிலுக்கு இந்த மாதிரி அபத்தமா கேள்வி கேக்காது! ஒரு உதாரணத்துக்குச் சொன்னா, காயத்ரி ஜெபம் மண்ணெண்ணெய் விளக்குன்னு சொல்லிடறதா? நீங்க பச்சை மொளகா மாதிரி பேசறேள்ன்னு நான் சொன்னா, உடனே நான் பச்சை மொளகாவா, போய்ச் சாம்பார்லே விழறேன்னு விழுந்துருவேளா?''

''நீங்க என்னதான் சொல்லுங்கோ பாகவதர்வாள். எனக்கு இதுலெல்லாம் சுத்தமா நம்பிக்கை கிடையாது. இருக்கற வரைக்கும், சுகமா வாழ்ந்துட்டுப் போற வழியைத் தேடறதை உட்டுட்டு, புரியாத விஷயத்தையெல்லாம் நம்பிண்டு அலையறதுலே என்ன பிரயோஜனம்? இதுதான் என் பிலாஸஃபி.''

''என் பிலாஸஃபின்னு பெருமையா சொல்லிக்காதேள் நீலகண்டன். நம்பிக்கை இல்லைன்றதும், அர்த்தமில்லைன்றதும், ஏதோ இன்னிக்கு நேத்து, நீங்களும் உங்களை மாதிரி ஆசாமிகளும் புதுசா சொன்னது ஒண்ணும் இல்லே. ராமாயணத்

துலே ஜாபாலி முனிவர் ஸ்ரீ ராமபிரான் கிட்டயே இந்த மாதிரி நிறையப் பேசியிருக்கார். உம்மைப் போல ஆசாமிகளைவிட இன்னும் சாமர்த்தியமாவே பேசியிருக்கார். இந்த மாதிரி பேசறதுக்குச் 'சார்வாகம்'னு பேரு, 'வாழற வரைக்கும் நன்னா குடி! செத்தப்புறம் நீ திரும்பி வரப்போறதில்லை. ஒரு மனுஷன் சந்தோஷமா வாழ வேண்டியதுதான் முக்கியம். கடன் வாங்கியாவது, நெய்யைச் சாப்பிடணும்...' இப்படின் னெல்லாம் சிலபேரு ரொம்பப் பழங்காலத்திலேயே பேசி யிருக்கா. அந்தப் பிலாஸஃபிதான் சார்வாகம். 'சார்வாகம்'னா என்ன அர்த்தம் தெரியுமா? தமாஷா பொழுதைப் போக்கற பேச்சு. உம்ம பிலாஸஃபிக்கு அவ்வளவு தாங்காணும் மதிப்பு! இந்த மாதிரி பேசறவா எப்பவும் இருந்திருக்கா, எப்பவும் இருப்பா. ஆனா கடைசி வரைக்கும் அவாளாலே தமாஷ்தான் பண்ண முடியுமே யொழிய நம்பிக்கைகளை ஒண்ணும் அழிச் சுற முடியாது. ராமாயண காலத்துலே ஜாபாலிலேருந்து, இன் னிக்கு நீலகண்டன் வரைக்கும் சிலபேர் நம்பிக்கையில்லாமப் பேசிண்டுதான் இருக்கேள். அதனாலே நிறையப் பேருக்குப் பொழுது போறது! அவ்வளவுதான்'' என்றார் பாகவதர்.

இதற்கிடையில் வசுமதி உள்ளேயிருந்து, நீலகண்டன் மனைவி பர்வதத்தையும், மகள் உமாவையும் அழைத்துக் கொண்டு ஹாலுக்கு வந்தாள். 'பாகவதருக்கும் நீலகண்டனுக்கு மிடையே நடந்து கொண்டிருந்த விவாதத்தை எப்பொழுது நிறுத்தி, பேச்சை திசைத் திருப்பலாம்!' என்று சமயம் பார்த்துக் கொண்டிருந்த நாதனுக்கு, அவர்கள் வந்தது வசதியாகப் போயிற்று. ''வசு, அசோக்குக்குப் பூணூல் போட்டுடலாம்னு தீர்மானம் பண்ணியிருக்கேன்'' என்று தன் மனைவியிடம் அறிவித்தார் நாதன்.

''ஏற்கெனவே மடிசஞ்சியா இருக்கான். இப்பப் பூணூல் வேற எதுக்கு?'' என்று முணுமுணுத்தாள் வசுமதி.

''இல்லே வசு, பூணூல் போட்டா அவன் லைஃப்லேயே ஒரு திருப்பம் ஏற்படும்னு, பாகவதர் ஆரூடம் சொல்றார். ட்ரை பண்ணி பார்க்கலாமே. நம்ம வீட்லேயும் இது வரைக் கும் ஒரு பெரிய ஃபங்ஷன் நடத்தவேயில்லே!''

நாதன் இப்படிக் கூறியவுடன் வசுமதியின் முகம் மலர்ந்தது. ''ஆமாம், ஆமாம்! ஏதாவது ஃபங்ஷன் நடத்தினா தான் நல்லது. என் ஃப்ரண்ட்ஸ் நிறைய பேரைக் கூப்பிட டைம் கிடைக்காதான்னுதான் நானும் பார்த்துண்டிருக்கேன் - பூணூல் பேரைச் சொல்லியாவது கிரேண்டா ஒரு ஃபங்ஷன் நடத்திடலாம்!'' என்று மிக்க மகிழ்ச்சியுடன் பூணூல் தீர்மானத் திற்கு தன் ஆதரவைத் தெரிவித்தாள் வசுமதி.

தீர்மானங்களுக்கு ஆதரவுகள் எப்போதுமே வெவ்வேறு வகையில் கிடைக்கும். தீர்மானத்தினால் ஏற்படக்கூடிய நன்மை களை நினைத்துச் சிலர் ஆதரவு கொடுக்கலாம். தீர்மானம் செயலாக்கப்படும் போது, தங்களுக்கு உபரியாக கிடைக்கக் கூடிய லாபங்களை நினைத்துப் பலர் ஆதரவு கொடுப்பார்கள். அசோக்கிற்குப் பூணூல் போடுவதால், அதைச் சாக்காக வைத்துத் தன் சிநேகிதிகளிடம், தனது வீட்டுச் செல்வத்தை யும், தனது கணவனின் சமூக அந்தஸ்தையும் ஒரு எக்ஸிபிஷ னாக நடத்திக் காட்டிவிட தனக்கு வாய்ப்புக் கிடைப்பதை வசுமதி உணர்ந்தாள்.

'விருந்து வகைகளைப் பார்த்து லட்சுமி எப்படி திகைத்துப் போவாள்? வந்திருக்கும் பெரிய மனிதர்களின் வரிசையைப் பார்த்து விமலா எப்படிப் பிரமித்து நிற்பாள்?' என்றெல்லாம் வசுமதியின் கற்பனை ஓடியது.

இதற்குள் நீலகண்டனின் மனைவி பர்வதம், பாகவதர் காலில் விழுந்து நமஸ்கரித்து, தன் பெண் உமாவையும் நமஸ்காரம் செய்யச் சொன்னாள். ''சீக்ரமேவ விவாக பிராப்தி ரஸ்து'' என்று ஆசீர்வதித்தார் பாகவதர்.

நீலகண்டன், "அவளுக்கு இப்பதான் பதினைந்து வயசு ஆறது. இன்னும் பத்து வருஷத்துக்கு அவ கல்யாணத்தைப் பத்தியே தான் நினைக்கப் போறதில்லே. அவ படிப்பெல் லாம் முடிச்சுட்டு, ஃபாரினுக்கு அனுப்பப் போறேன். அங்கே யும் போய்ப் படிச்சிட்டு வந்தப்புறம் அவளுக்கு ஏத்த மாதிரி யாராவது பையன் கிடைக்கணும். அவளே செலக்ட் பண்ணி னாலும் சரி, நாங்க பாத்து நிச்சயம் பண்ணினாலும் சரி! இன்னும் பத்து வருஷத்துக்குக் கல்யாணங்கற பேச்சே கிடையாது. அத னாலே சீக்ரமேவ விவாக பிராப்திரஸ்து'ங்கற உங்க ஆசீர் வாதம் பலிக்கப் போறதில்லை" என்று பாகவதரிடம் கூறிச் சிரித்தார்.

பர்வதம் பேசாமல் நின்றாள். கூடிய வரையில் மற்றவர் கள் எதிரில் கணவனை எதிர்த்துப் பேசும் பழக்கம் அவளிடம் கிடையாது. ஆனால் நீலகண்டன் பேச்சு அவளுக்கு மனக் கஷ்டத்தைக் கொடுத்தது என்பது அவளுடைய முகத்தில் இருந்தே தெரிந்தது. பாகவதர் பர்வதத்தைப் பார்த்து, "நீ ஒண் ணும் கவலைப்படாதேம்மா. கல்யாணம் நடக்கணும்னு பகவான் நிச்சயம் பண்ணியிருக்கிற நாள் வந்தா, கல்யாணம் நடந்து தான் தீரும். நீலகண்டன் என்னதான் பிரயத்தனப்பட்டாலும் அதைத் தடுக்க முடியாது" என்று ஆறுதல் கூறினார் பாகவதர்.

அப்போது நீலகண்டன் உமாவைப் பார்த்து, "என்ன உமா, கல்யாணத்துலே உனக்கு இன்ட்ரஸ்ட் உண்டா?" என்று கேட்டார்.

"நான் என்ன சொல்றது?" என்று கேட்டாள் உமா.

அந்த ஒரு வாக்கியத்தில் அவளுடைய வாழ்க்கைப் பிரச்னையே அடங்கியிருந்தது; அந்த ஒரு வாக்கியம் அவ ளுடைய மனநிலையை அப்படியே வர்ணித்தது. அந்த ஒரு வாக்கியம் அவளுடைய எதிர்காலத்தையே படம் பிடித்துக்

காட்டியது, 'நான் என்ன சொல்றது' என்று இப்போது கேட்ட உமா, தனக்கு அறிவு தெரிந்த வயதில் இருந்து; பல சமயங் களில், 'நான் என்ன சொல்வது?' என்ற கேள்வியைத் தனக்குத் தானே பலமுறை கேட்டுக் கொண்டிருக்கிறாள். இதுவரை அவளுக்கு விடை கிடைக்கவில்லை.

ஒரு புறம் பழைய விஷயங்கள் எதிலும் நம்பிக்கை யில்லாத தந்தை; மறுபுறம் பழையவை என்றதுமே அவற்றை அப்படியே முழுவதும் நம்பி ஏற்றுக் கொள்ளும் அன்னை; ஒருபுறம் யாரையுமே தூக்கி அடித்துப் பேசும் தகப்பனார்; மறுபுறம் எவர் எதிரிலுமே ஒரு வார்த்தை பேசுவதற்குள் ஒன் பது முறை தயங்கும் தாயார். இப்படி நீலகண்டன் பர்வதம் என்ற இரண்டு துருவங்களுக்கு மகளாகப் பிறந்த உமா, அந்த இரண்டு துருவங்களிடையே 'நான் என்ன சொல்வது?' என்று தினம் தினம் தவித்துக் கொண்டுதான் இருந்தாள்.

மகளுடைய மன வளர்ச்சி எப்படியெல்லாம் பாதிக்கப் படுகிறது என்பதைச் சற்றும் நினைத்துப் பார்க்காத நீலகண்டன், கவலையற்று இருந்தார். அவர் அதிகம் படித்தவர். எப்பேர்ப் பட்ட கவலைக்கும் தனது அறிவினால் விடை காண முடியும் என்ற நம்பிக்கை உடையவர். அதனாலோ என்னவோ, கவலைப் பட வேண்டிய விஷயங்களைப் பற்றிக்கூட சற்றும் கவலைப் படாமலே வாழ்ந்தார் நீலகண்டன். ஆகையால்தான் தன் மகள் உமாவே ஒரு கவலைக்குரிய பிரச்னை என்பதை அவர் சற்றும் உணரவில்லை.

அவர் மனைவி பர்வதமோ அதிகம் படிக்காதவள். 'ஒரு சிறிய கவலையைக் கூட, தீர்த்து வைக்க முடியாத பிரச்னை யாகி விடும்' என்று நினைத்துப் பயப்படும் சுபாவம் உடை யவள். அதனால்தானோ என்னவோ, தன் மகள் உமாவின் மனப் போக்கில் ஏற்படும் குழப்பங்கள் பர்வதத்திற்குப் புரியாவிட் டாலும், 'மகள் என்று ஒருத்தி இருப்பதே கவலைக்குரிய

விஷயம்தான்' என்று நினைத்து எப்போதுமே கவலைப் பட்டுக் கொண்டிருந்தாள் பார்வதம்.

''நான் என்ன சொல்வது?'' என்று உமா கேட்டவுடன், ''உன் மனசுலே எது தோண்றதோ, அதைச் சொல்லு'' என்றார் நீலகண்டன்.

''ஒண்ணும் தோணலையே'' என்று சொன்ன உமாவின் முகம் ஒருவிதச் சலனமும் இல்லாமல், ஒருவித ஆர்வமும் இல்லாமல் காட்சியளித்தது. அவள் கண்கள் அங்கிருந்து யாரையுமே பார்க்கவில்லை, எங்கேயோ பார்த்துக் கொண்டு பேசினாள், எதையோ பேசினாள்.

''பொண்ணுக்கு ஞாபகம் எல்லாம் வேறே எங்கேயோ இருக்கு'' என்றார் பாகவதர்.

''எங்கேயும் இல்லே சார்!'' என்று உமா பதில் கூறிய போது, அவள் உண்மையைத்தான் கூறுகிறாள் என்பதை உணர்ந் தார்.

பாகவதர், 'இந்தப் பெண் ஏன் இப்படி இருக்கிறாள்' என்பதைப் பற்றி யோசிக்க ஆரம்பிக்கும் போது நீலகண்டன் குறுக்கிட்டு — ''அவ பொய் சொல்றா பாகவதர்; எப்பப் பார்த் தாலும் அவளுக்கு படிப்பு ஞாபகம்தான். காலேஜ்லே ஏதோ பரீட்சை வரப்போறது'' என்று அறிவித்தார்.

தன் மகளின் படிப்பைப் பற்றி நீலகண்டனுக்கு எப் போதுமே அலாதிப் பெருமை. காரணம், அவர் தன் வாழ்க்கை யில் படிப்பினால் மட்டும் முன்னுக்கு வந்தவர். ஆகையால், 'பள்ளிக்கூடங்கள், கல்லூரிகள் இவைகளில் போதிக்கப்படும் படிப்பைப் பெற்றால், நவீன உலகத்தின் விஞ்ஞான, பொரு ளாதார மாற்றங்களை எடுத்துக் கூறும் புத்தகங்கள், இவைகளைப் படித்து விட்டால் யாருமே ஒரு முழு மனிதனாகி விட முடி

யும்' என்று அவர் பரிபூரணமாக நம்பினார். அதிகம் படித்த வர்கள் சிலருக்கு ஏற்பட்டு விடும் அறிவுப்பூர்வமான அகங்காரம், அவருக்கு ஏற்பட்டு இருந்தது. எந்த விதமான அகங்காரமும் ஒரு மனிதனின் கண்களை மறைக்கும். படிப்பாளிகளுக்குத் தங்கள் படிப்பின் மூலமாக அகம்பாவம் ஏற்பட்டு விட்டால் அதற்குப் பிறகு மனிதப் பண்புகள், மனித மனங்களின் போக்குகள், அடிப்படை நம்பிக்கைகள், இப்படிச் சில வற்றைப் பார்க்க முடியாமல், அவர்களுடைய கண்களை அந்த அகங்காரம் மறைத்து விடுகிறது.

நீலகண்டனுக்கு ஏற்பட்டிருந்த அறிவுப்பூர்வமான அகங்காரம், அவர் மகள் உமாவின் மனப்போக்கையே அவர் கண்ணில் படாமல் மறைத்து விட்டது. மகளின் பரீட்சையைப் பற்றி பெருமை அடித்துக் கொண்டே அந்தத் தந்தை தன் மகளுக்கு மிகப் பெரிய பரீட்சை தான் தான் என்பதைச் சற்றும் உணரவில்லை.

உமாவுக்குத் தன் தந்தையின் போக்கு சரியல்ல என்று சில சமயங்களில் தோன்றும். மற்றவர்களை மதிக்காத அவருடைய இயல்பு சில சமயங்களில் அவள் மனதில் சங்கடங்களைத் தோற்றுவிக்கும். ஆனால், "நன்கு படித்த நேர்மையுள்ள தன் தந்தை நடந்து கொள்ளும் முறைகள், எப்படித் தவறாக இருக்க முடியும்?" என்பதும் அவளுக்கு விளங்கவில்லை. 'நான் என்ன சொல்வது?' என்ற கேள்விக் குறி அவளுக்குத் தினமும் எழுவதற்கு இவைகளே காரணங்களாக இருந்தன. பரீட்சை எழுதி, தேர்வு பெற்று விடமுடியும் என்ற நம்பிக்கையில்லாத மாணவர்களில் சிலர் காணாமல் போய் விடுவதுண்டு. தந்தை எனும் பரீட்சையை எதிர்நோக்கித் தேர்வடைய முடியும் என்ற நம்பிக்கையில்லாத உமா, தன் மனதால் காணாமல் போய்விட்ட ஒரு பெண்ணாகவே இருந்தாள். அவள் தன்னைத் தானே தேடிக் கொண்டிருந்தாள். தன் எண்ணங்கள் என்ன என்பது புரியாமல் அவற்றைத் தேடிக் கொண்டிருந்தாள்.

நாதனின் மகன் அசோக்கைப் பார்க்கும் பொழுது எல்லாம், தன்னைப் போல் அவனும் ஒருவன் என்று அவளுடைய உள்ளுணர்வு கூறிக் கொண்டிருந்தது. அதனால் அசோக்கிடம் பேசுவதில் அவளுக்கு ஒரு ஆறுதல் கிடைத்தது.

இப்போதும், மற்றவர்கள் பேசிக் கொண்டிருக்கும் போது உமா அந்த இடத்தை விட்டு சொல்லிக் கொள்ளாமல் நகர்ந்தாள். வெளியே, தோட்டத்தில் அசோக் ஏதோ புத்தகத்தைப் படித்துக் கொண்டிருந்தான். உமா அவன் பக்கத்தில் சென்று அமர்ந்து கொண்டாள்.

"என்ன புஸ்தகம் படிக்கிறே அசோக்?" என்று கேட்டாள் உமா.

"பாரதியாரின் கவிதைகள்" என்று கூறி புஸ்தகத்தைக் காட்டினான் அசோக்.

"பாரதியார் மேலே உனக்கு ரொம்ப ரெஸ்பெக்ட் உண்டு — இல்லையா அசோக்?"

"சாதாரண ரெஸ்பெக்ட் இல்லே உமா. சமீப காலத்துலே இந்தியாவில் வாழ்ந்த மிகப் பெரிய மனிதர் அவர்தான்னு நான் நினைக்கிறேன்."

"ஏன்? அது எப்படிச் சொல்லிட முடியும்? அவரை விட அதிகமா தியாகங்கள் செய்தவா இல்லையா? அவர்களுக்குத் தெரிஞ்ச மொழியிலே நல்ல கவிதைகள் எழுதினவா இல்லையா? தேசத்துக்காக உயிரையே விட்டவா இல்லையா? எந்த வகையிலே அவர்தான் ஒசந்தவர்னு நீ சொல்றே?" என்று கேட்டாள் உமா. உண்மையில் பாரதியார்தான் மிகப் பெரிய மனிதரா இல்லையா என்ற பிரச்னை ஒன்றும், அவள் மனதை வாட்டி எடுத்து விடவில்லை. அதற்கு விடை எதுவாக இருந்தாலும், அது அவளை பாதிக்கப் போவதுமில்லை. ஆனால் அலை பாய்ந்து கொண்டிருந்த தன் மனம் அசோக்குடன் பேசும்

போது, சற்று நிம்மதி அடைகிறது என்ற காரணத்தினால் அந்தப் பேச்சைத் தொடர்வதற்குப் பாரதியாரைப் பயன்படுத்திக் கொண்டாள் உமா. அவ்வளவுதான்.

ஆனால் அசோக், மனப்பூர்வமாகப் பேசினான். ''உமா பாரதியாருக்கு இருந்த தெய்வ நம்பிக்கை அசாத்தியமானது; ஆனா, அதனாலே அவர், 'தெய்வமே எல்லாம் செய்யும். நாம பேசாம இருந்தா போதும்'னு சோம்பேறியா வாழலை. தன்னம் பிக்கையை இழக்கலை. அவருக்கு இருந்த தேசபக்தி ரொம்பத் தீவிரமானது. ஆனா அதுக்காக மற்ற நாடுகளை அவர் கேவல மாக நினைக்கவில்லை. தாய்மொழி மேலே அவருக்கு இருந்த பற்று, சாதாரணமானதல்ல. ஆனா, அதுக்காக அவர் மற்ற மொழி களைக் குறைச்சு மதிப்பிடலே. மூன்று தலைமுறைகள்ளே சேர்ந்து தோன்றக்கூடிய அற்புதமான கருத்துக்கள், முப்பது தலைமுறையிலே வரக்கூடிய அசாத்தியமான துணிச்சல்... எல்லாத்தையும் தன் 39 வருஷ வாழ்க்கையிலே காட்டிட்டுப் போயிட்டார். அவர் எழுதின வார்த்தை ஒவ்வொண்ணும் என்னிக்குமே அழியாத உயிருள்ள ஜீவன்கள். அந்த வகையிலே அவர் பிரம்மாவுக்கு நிகரா அற்புதமான சிருஷ்டிகளைச் செய்த வர்னு நான் நினைக்கிறேன். கீழ்மையைக் கண்டு அவருக்கு வர்ற கோபத்திலே அவர் எழுதும் போது, அவருடைய வார்த்தை கள் முக்கண்ணைத் திறந்து பரமசிவன் ஆடற ருத்ர தாண்ட வம் மாதிரி இருக்கு. இயற்கையின் வனப்புகளையும், மனு ஷனாப் பொறந்தவன் அனுபவிக்கக் கூடிய நல்ல இன்பங் களைப் பற்றியும் அவர் பாடற போது அந்த வார்த்தைகள் ஆயர் குலத்து கண்ணனுடைய குழலோசையை விட இனிமையா இருக்குன்னு நான் நினைக்கிறேன். மும்மூர்த்திகளின் அருள் பெற்று அவர் எழுதின எழுத்துக்கள், முப்பத்து முக்கோடி தெய்வங்கள்! அவர் ரொம்ப பெரிய மனுஷர் உமா. எம் மனசுலே சந்தேகம் இல்லே'' என்று கூறினான் அசோக்.

அசோக்கின் பேச்சு தொடர்ந்து கொண்டிருந்தது. அவன் பேசும் வார்த்தையைக் காதில் வாங்கிக் கொள்ளாமல் அவன் குரலை மட்டும் கேட்டுக் கொண்டு, மனப்பூர்வமாக எழும்பிய அந்த ஒலி கொடுத்த ஆறுதலில், உமா நிம்மதியைக் கண்டாள். பேசாமல் கேட்டுக் கொண்டிருந்தாள்.

வீட்டினுள்ளே 'அசோக்கின் பூணூலுக்கு எப்படியெல்லாம் ஏற்பாடு செய்வது' என்பதைப் பற்றி சர்ச்சை நடந்து முடிந்திருந்தது. ஏற்பாடுகள் தடபுடலாகத்தான் இருக்க வேண்டும் என்ற வசுமதியின் அபிப்பிராயம், நாதனால் ஏற்றுக் கொள்ளப்பட்டது. பூணூலை விட ரிஸப்ஷனுக்கே வசுமதி அதிக முக்கியத்துவம் கொடுத்திருந்தாள். 'பூணூலுக்கு யாரும் வழக்கமாக ரிஸப்ஷன் வைப்பதில்லை' என்ற பர்வதத்தின் ஆட்சேபணை, 'சில பேர் வைத்திருக்கிறார்கள்' என்று கூறி தோற்கடிக்கப்பட்டது.

'முதல் இன்விடேஷன், வள்ளுவர் வையாபுரிக்குத்தான் அனுப்பியாக வேண்டும்' என்று நாதன் தீர்ப்பளித்தார்.

வள்ளுவர் வையாபுரி வசதியுள்ள மனிதர். 'திருக்குறளைக் கரைத்துக் குடித்தவர்' என்று புகழ் பெற்றவர். தெய்வ நம்பிக்கை மிகுந்தவர். பல இடங்களில் செல்வாக்குப் பெற்றவர். எவ்வளவுதான் பெரிய தொழிலதிபராக இருந்தாலும் வையாபுரியின் தயவு பலருக்குப் பல சமயங்களில் தேவைப்பட்டிருக்கிறது. அவருடைய ஆதரவு இருந்தால், நடக்காத காரியங்கள் நடக்கும். நகராத ஃபைல்கள் நகரும். நாதனுடைய தொழிற்சாலை விவகாரங்கள் பலவற்றில் அவ்வப்போது வையாபுரியின் உதவி தேவைப்பட்டது. அவரும் உதவினார்.

இதையெல்லாம் மனதில் கொண்டுதான், நாதன், 'முதல் இன்விடேஷனை வையாபுரிக்குத்தான் அனுப்ப வேண்டும்' என்று கூறிக் கொண்டிருந்தார். அதற்கு ஒவ்வொருவரும்

ஏதோ அரைகுறை ஆட்சேபணைகளை விளக்கிக் கூற, நாதன் முடிவாகக் கூறினார். ''உங்களுக்கெல்லாம் ஒண்ணும் தெரியாது. அன்னிக்கு ஒரு நாள் வையாபுரி ஒரு கல்யாண இன்விடேஷனை என்கிட்டே காமிச்சார். இன்விடேஷனோட ஒரு சின்ன கார்ட்லே 'இந்த விவாகத்திற்கு முதல் அழைப்பிதழான இதைத் தங்களுக்கு அனுப்பி வைக்கிறோம். தாங்கள் வந்து அவசியம் கலந்து கொண்டு திருமண விழாவைச் சிறப்பிக்க வேண்டுகிறோம்' அப்படின்னு எழுதியிருந்தது. அதைக் காமிச்சி வையாபுரி என்கிட்டே என்ன சொன்னாரு தெரியுமா? 'இந்த இன்விடேஷனை அனுப்பிச்சிருக்கிறாரே, அந்த இண்டஸ்ரியலிஸ்ட் என்ன இருந்தாலும் பெரிய மனுஷன் தான்! மனிதர்களுடைய தரத்தை நல்லாப் புரிஞ்சிக்கிட்டு, எப்படி முதல் இன்விடேஷனை எனக்கு அனுப்பி இருக்காரு பார்த்தீங்களா? அவரு ஃபேக்ட்ரியிலே கூட ஏதோ விவகாரம்னு சொன்னாங்க? அதைக்கூட நான் கவனிச்சாகணும்' — அப்படின்னு சொன்னாரு. நம்ம வீட்டிலே முதல் முதலா ஒரு ஃபங்ஷன் நடக்கிறது. அதுக்கு இந்த மாதிரி முதல் இன்விடேஷனை அவருக்கு அனுப்பலேன்னா ரொம்பத் தப்பா நினைச்சுக்குவார். அசோக்கினுடைய ப்ராப்ளம் தீரணுங்கிறதுக்காக பூணூல் போடப் போய், அது கடைசியிலே எனக்கு பிஸினஸ் பிராப்ளத்துக்கு ஆரம்பம் ஆயிடப்படாது'' என்று கூறிமுடித்தார் நாதன்.

இன்விடேஷன் வந்து சேரும் போது வள்ளுவர் வையாபுரி மேஜைமீது வைக்கப்பட்டிருந்த திருக்குறள் புஸ்தகத்தைச் சற்று ஒதுக்கி வைத்து விட்டு வறுத்த கருவாடு வைக்கப்பட்டிருந்த தட்டை அருகில் இழுத்து, வைத்துக் கொண்டு சுவைக்க ஆரம்பித்தார். ''நாதன் வீட்டிலிருந்து ஏதோ நோட்டீஸ் வந்திருக்குப்பா'' என்று கூறி அவர் அருகில் நின்று கொண்டிருந்த சிங்காரம் அசோக்கின் உபநயனப் பத்திரிகையை வையாபுரியிடம் நீட்டினான்.

நாதன் தன் வீட்டில், ''இத்தனை நாழி இன்விடேஷன் வையாபுரிக்குப் போயிருக்கும். அசோக்கின் பூணூலுக்கு இது நல்ல பிகினிங்'' என்று வசுமதியிடம் கூறி சந்தோஷப்பட்டுக் கொண்டிருந்தார்.

5

அசோக்கின் உபநயன முகூர்த்தப் பத்திரிகையை வையாபுரியிடம் எடுத்துக் கொடுத்த சிங்காரம், வையாபுரியுடன் பள்ளிக்கூடத்தில் படித்தவன். சிங்காரத்தின் பள்ளிப் படிப்பு ஐந்தாவது வகுப்போடு நின்று விட்டது. வையாபுரி தட்டுத் தடுமாறி பள்ளிப் படிப்பை முடித்துக் கல்லூரியில் ஓராண்டு படித்து வெளியேறியவர். அதற்குப் பிறகு வையாபுரி அரசியல்வாதியாக மாறினார். அதாவது கட்சிப் பொதுக் கூட்டங்களுக்குப் போஸ்டர் ஒட்டுவது, கொடி கட்டுவது, கட்சித் தலைவர்களுக்கு உபகாரங்கள் செய்வது, கூட்டங்களுக்கு ஆட்களை வரவழைப்பது, இப்படிப் பல 'அரசியல் பணிகளை' அவர் செய்ய ஆரம்பித்தார். சற்றும் பாரபட்சம் இல்லாமல் எல்லா அரசியல் கட்சிகளுக்கும் இந்தத் தொண்டுகளை அவர் விநியோகித்து வந்தார். பலதரப்பட்ட மேடைப் பேச்சுகளைக் கேட்கும் வாய்ப்பு இதனால் அவருக்குக் கிடைத்தது. பிறகு அவரும் ஒரு மேடைப் பேச்சாளர் ஆகி விட்டார்!

பொதுவாக, ஒரு நாலைந்து பேச்சுகளைத் தயார் செய்து வைத்துக் கொண்டு விட்டால், நாலைந்து வருடங்களுக்கு நானூறு மேடைகளிலாவது அப்படியும் இப்படியும் மாற்றி மாற்றி, அதே பேச்சுக்களை வைத்துக் கொண்டு பெயர் தட்டிக் கொண்டு போய் விடலாம் என்ற வித்தையை அவர் அரசியல்வாதிகளிடம் கற்றுக் கொண்டார். மேடைப் பேச்சுக்குத் திருக்

குறள் உதாரணங்கள் இன்றியமையாதவை என்பதும், அவர் அரசியல்வாதிகளிடமிருந்து கற்ற பாடமே! இதற்காகச் சில குறட்பாக்களை அவர் மனப்பாடம் செய்ய நேரிட்டது. இப்படியாகத் தானே வையாபுரி, வள்ளுவர் வையாபுரியாக உரு வெடுத்தார். பல கட்சிகளின் தலைவர்களோடு நெருங்கிப் பழகும் சந்தர்ப்பங்கள் அவருக்குக் கிடைத்ததால், வள்ளுவர் வையாபுரியின் செல்வாக்கு சமூகத்தில் உயர்ந்தது.

சிங்காரமும், வையாபுரியும் பள்ளிக் கூடத்தில் இணை பிரியாத நண்பர்களாக இருந்தார்கள். ஐந்தாம் வகுப்பை முடித்த வுடனேயே சிங்காரம் சம்பாதிக்க ஆரம்பித்து விட்டான். ரேஸ் புத்தகங்கள் விற்றான்; சீட்டாட்டக் கிளப்புகளில் எடுபிடி வேலைகள் செய்தான்; மதுபானக் கடைகளில் வேலை செய் தான். ஏதோ சம்பாதித்துக் கொண்டிருந்தான்.

வையாபுரியின் மேலே சொன்ன அரசியல் தொண்டுகள் ஆரம்பமானவுடன், சிங்காரம் அவற்றுக்கு உதவி செய்ய ஆரம் பித்தான். அதில் இருவருமே சம்பாதித்தார்கள். வையாபுரி யின் அந்தஸ்து உயர, உயர சிங்காரம் அவருக்கு ஆற்றிய உதவி கள் 'தொண்டுகளாக' மாறின. இருவரும் தனிமையில் இருக்கும் போது நண்பர்களாகப் பழகினார்கள். மற்றவர்கள் எதிரில், வையாபுரிக்குச் சிங்காரம் தொண்டனாகக் காட்சியளிக்க ஆரம்பித்தான். இது, அவர்கள் இருவரும் பேசிக் கொள்ளாம லேயே பழக்கத்திற்குக் கொண்டு வந்துவிட்ட ஒரு விதிமுறை யாகி விட்டது.

இயற்கையிலேயே சிங்காரம் கொஞ்சம் கரடு முரடான பேர்வழி. பொதுக் கூட்டங்களில் ஏதாவது சலசலப்புகள், சச்சரவுகள் ஏற்படும் போது வையாபுரி, சிங்காரத்துக்கு ஜாடை காட்டுவார். சிங்காரம், 'சலசலப்பு ஏற்படும்' இடத்தை நெருங்குவான். ''எவண்டாவன், கலாட்டா செய்றவன்? பேமானி'' என்று அவன் ஒரு சத்தம் போட்டவுடனேயே

சலசலப்பு அடங்கும். வெகு எளிதில் ரௌடி என்று பெயர் எடுத்து விட்டான் சிங்காரம். அவனைப் பற்றிய பல கதைகள் அவனது பேட்டையில் புறப்பட்டு, சென்னை நகரம் எங்கும் பவனி வர ஆரம்பித்தன. ''அவன் பெரிய ரௌடி... இடுப் பிலே எப்பவும் ஒரு பிளேடு வெச்சிருப்பான்... ஏதாவது தகராறுன்னா அந்தப் பிளேடாலேயே ஆளை அறுத்துறுவான். பிச்சுவாக் கத்தியை வீசினான்னா குறி தப்பாது... பெல்ட்டைக் கழட்டி அடிச்சான்னா அவ்வளவுதான்... ஆள் அங்கேயே விழ வேண்டியதுதான்...'' என்ற முறையில் பல வதந்திகள் சிங்காரத்தைப் பற்றிய உண்மைகளாக நம்பப்பட்டு விட்டன. புராணங்களை நம்ப மறுக்கும் பகுத்தறிவுவாதிகள் கூட, இம் மாதிரி பேட்டை வரலாறுகளை நம்பும் அதிசயம் நடந்து கொண்டுதான் இருக்கிறது. இதைத் தவிர, ஒரு கொலை வழக் கில் சிங்காரம் ஒரு முறை சம்பந்தப்பட்டு விட்டான். 'அவ னுக்கும், அந்தக் கொலைக்கும் சம்பந்தம் இல்லை' என்று கூறி கோர்ட்டில் அவனுக்கு விடுதலை அளிக்கப்பட்டது. ஆனால், 'அவன்தான் அந்தக் கொலையைச் செய்தான்' என்று ஊரார் நினைத்து விட்டார்கள். அதனால் 'கொலை செய்யவும் அஞ்சாதவன்' என்ற 'பெருமை'யும் இனாமாகச் சிங்காரத்தை வந்து அடைந்தது.

இந்தச் சிங்காரம்தான் அசோக்கின் உபநயனப் பத்திரி கையை வையாபுரியிடம் கொடுத்தான். அழைப்பிதழை அவ னிடமிருந்து வாங்கிப் பார்த்த வையாபுரியின் முகம் மலர்ந் தது. ''நம்ம நாதன் இருக்காரே, அவரு பையனுக்குப் பூணூலாம் ... அதுக்குத்தான் பத்திரிகை அனுப்பிச்சிருக்காரு. அதுலே என்ன எழுதியிருக்காரு தெரியுமா?... 'என் மகனின் உபநயனத் திற்கான முதல் அழைப்பிதழை உங்களுக்கு அனுப்பி வைப் பதைப் பெருமையாகக் கருதுகிறேன். அந்த நன்னாளில் தாங்கள் வந்து என் மகனை வாழ்த்த வேண்டும் என்று கேட்டுக் கொள் கிறேன்'... 'பாத்தியா சிங்காரம்?... என்ன இருந்தாலும் நாதன்

பெரிய மனுஷன்தான்! நம்ம தரத்தைப் புரிஞ்சுக்கிட்டு, முதல் அழைப்பிதழை நமக்கு அனுப்பிச்சிருக்காரு பாத்தியா? அவசியம் போயிட்டு வரணும்'' என்று கூறினார்.

சிங்காரம், ''சர்தாம்பா, அல்லாருமே ஒனக்கு நோட்டீஸ் வெக்கச் சொல்ல 'இதுதான் மொதல் நோட்டீஸ்'னு எளுதிட றாங்க. அதே வேலையைத்தான் இந்த ஆளு நாதனும் செஞ்சி கிறான்...'' என்றான்.

''சே... சே... விஷயம் தெரியாமப் பேசாதே. நாதனைப் போய் அவன் இவன்னு மரியாதை இல்லாமப் பேசாதே... அவரு மகனுக்குப் பூணூல் போடும் போது, அந்த விழா நல்லா நடக்கணுங்கிறதுக்காகத்தான் முதல் அழைப்பிதழை நமக்கு அனுப்பிச்சிருக்காரு அவரு.''

''ஆ... பெரிய பூணூலு போட்டுட்டான் அவன். தெரியாமே தாம்பா கேக்கறேன் — நாதன் ஊட்டிலே போயி பூணூலு எல்லாம் எதுக்கு? அவனே கறி துண்ற பாப்பான். அவன் பூணூலும் போடறானா பெரிய பூணூலு.''

''டேய் சிங்காரம்! அறிவு கெட்டத்தனமா பேசாதே. அவரு பெரிய பிஸினஸ் மேன். சில பார்ட்டிங்கள்லே மரியாதைக்கு அசைவ உணவு சாப்பிட்டாருன்னா, அதுக்காக இப்படியெல்லாமா பேசறது? ஐயர் கறி தின்னக் கூடாதுன்னு எங்கேடா எழுதி வெச்சிருக்குது?''

''எளுதி வெச்சிருக்கிறதெல்லாம் நான் இன்னாத்தைக் கண்டேன்? பாப்பான்னா கறி துண்ண மாட்டான்னு ஒரு நெனப்பு ... அவ்வளவுதான். ஆனா இதை நீ எங்கே ஒத்துக்கப் போறே ... நீயே கறி துண்றவன்தானே. மேடை மேலே மட்டும் பேசிடறே... 'வள்ளுவரு சொல்லிக்கிறாரு, யாரும் கறி துண்ணக் கூடாது... அப்படி இப்படின்'னு பேசி அப்ளாஸ் வாங்கிக்கிறே. ஊட்லே வந்து கருவாடு நல்லா ஒரு புடி புடிக்கிறே... நீ என்

சைடா பேசுவே? நாதன் சைடுதான் பேசுவே! என்னை மாதிரி இருந்துட்டுப் போறதுதானே நீங்கள்ளாம். நான் கறி துண்ற வந்தான். ஆனா, துண்ண மாட்டேன்னு அவுட்லே சொல்லிக் கிறதில்லையே!''

''சிங்காரம்! அசைவ உணவு சாப்பிடக் கூடாதுன்னு வள்ளுவர் சொல்லியிருக்காரு. அதை ஜனங்களுக்கு எடுத்துச் சொல்றேன். ஆனா, எனக்கு வள்ளுவர் பழக்கம் ஆகறதுக்கு முன்னாலேயே அசைவம் பழக்கமாயிடுச்சு. அதனாலே விட முடியலே. ஒரு வழியிலே பார்த்தா, நமக்கு அசைவ உணவு ஒத்துக்கிட்டா, அதைச் சாப்பிடறதுலே தப்பில்லேன்னு திருக் குறள் மூலமாவே கூட அர்த்தம் பண்ணிக்கலாம்'' என்று கூறிய வையாபுரி மேஜை மீதிருந்த திருக்குறள் புஸ்தகத்தை எடுத் தார். திருக்குறள் அவருக்கு மனப்பாடம் என்று ஊர் மக்கள் நம்பினார்கள். ஆனால் அவருக்கு ஏதோ ஒரு சில குறட் பாக்கள்தான் மனப்பாடம் ஆகியிருந்தன. மற்றபடி அவ்வப் போது மேடைப் பேச்சுக்குத் தேவைப்பட்ட குறள்களை அந்தந்தச் சமயங்களில் மனப்பாடம் செய்து கொண்டு, பிறகு மறந்து விடுவது அவர் பழக்கம். புஸ்தகத்தை எடுத்த வையாபுரி, அதி லிருந்து ஒரு குறளை, சிங்காரத்திற்குப் படித்துக் காட்டினார். 'அற்றால் அளவறிந்து உண்க அஃதுடம்பு பெற்றான் நெடி துய்க்கு மாறு' இதைப் படித்துக் காட்டிய வையாபுரி சிங்கா ரத்தைப் பார்த்து, ''அர்த்தம் புரியுதா?'' என்று கேட்டார்.

''குன்சா அர்த்தம் புரியுது!''

''அது என்னடா அது, குன்சா?''

''குன்சான்னாலே அர்த்தம் புரியலே ஒனக்கு. அதுக் குள்ளே திருக்குறளுக்கு அர்த்தம் சொல்ல வன்ட்டே! குன்சான்னா — தோராயமான்னு அர்த்தம். அது சரி அந்தக் கொரலை இன் னொரு தபா சொல்லு, நான் குன்சா அர்த்தம் சொல்றேன்.''

''அற்றால் அளவறிந்து உண்க அஃதுடம்பு
பெற்றான் நெடிதுய்க்கு மாறு.''

''அர்த்தம் கேட்டுக்க, 'அர்த்தால் நடக்கும் போது அது எவ்வளவு நாளு நடக்கும்னு அளவைக் கண்டுக்கினு அதுக் கேத்தாப் போலே ஒடம்புக்கு என்ன தேவையோ, அதை வாங்கி வெச்சுக்கணும். நெடி அடிச்சுப் பூடுமே, அப்படின்னு யோசிக்கக் கூடாது — அதானே சொல்லிக்கிறாரு வள்ளுவரு? அர்த்தால் நடந்தா, கடை நாலைஞ்சு நாளு ஸ்ட்ரைக்காப் பூடும். அதைக் கண்டுக்கினு சாமானை வாங்கி வெச்சுக்கடா சோமாறின்னு சொல்றாரு வள்ளுவரு.''

''சிங்காரம், இப்ப எனக்கு ஒண்ணே ஒண்ணுதான் தோணுது. வள்ளுவர் கோட்டம் கட்டினாங்களே, ஒன்னைப் பொதைச்சு அதுக்கு மேலே அந்தக் கட்டடத்தை கட்டியிருக்கலாம். பாவி! குறளுக்கு இதாடா அர்த்தம்!''

''பின்னே என்னப்பா? எனக்குப் புரியாதுன்னு தெரிஞ்சு வெச்சிகினு எங்கையிலே கேட்டியானா, நான் இன்னாத்தைச் சொல்றது? நீ அர்த்தம் சொல்லு கேட்டுக்கறேன்.''

''சொல்றேன் கேட்டுக்க, 'முன்னாலே சாப்பிட்ட உணவு ஜீரணம் ஆயிடுச்சுன்னா, அதுக்குப் பிறகு எவ்வளவு வேணும்னு அளவாப் பார்த்துக்கிட்டுச் சாப்பிடணும். அப்ப நல்லா சுகமா நீடுழி வாழலாம்' இதான் அர்த்தம். நான் என்னா சொல்றேன் ... மொதல்லே சாப்பிட்ட அசைவ உணவு நமக்கு ஜீரணம் ஆயிடுச்சுன்னா அப்புறம் எவ்வளவு வேணும்னு அளவு பார்த்துக்கிட்டுச் சாப்பிட வேண்டியது. இந்த அதிகாரத்துலே, வள்ளுவர் அளவுக்கு மீறி சாப்பிடக் கூடாதுன்னுதான் சொல்லி யிருக்காரே ஒழிய, அசைவம் சாப்பிடக் கூடாதுன்னு சொல் லலே. எனக்கு அசைவம் ஜீரணம் ஆவுது சாப்பிடறேன்.''

''என்னப்பா நீ வள்ளுவரையும் கொளப்பறே, என்னை யும் கொளப்பறே!'' என்றான் சிங்காரம்.

''கறிகாய்களுக்குக் கூட உயிர் இருக்குதுன்னு விஞ்ஞானிங்க சொல்றாங்க. அதுக்காக கறிகாயைச் சாப்பிடாம இருந்துட முடியுமா? தெளிவாச் சொல்றேன் கேளு. இன்னொரு குறள்ளே வள்ளுவர் என்ன சொல்லியிருக்காரு தெரியுமா? 'எவ்வ துறை வது உலகம் உலகத்தோடு அவ்வ துறைவது அறிவு' என்ன அர்த்தம்?''

''குன்சா சொல்றேன். 'எவ்வளவு பெரிய துரைங்களாம் உலகத்துலே கீறாங்க. அவ்வளவு துரைமாருங்க அறிவு உனக்குக் கீதாடா'ன்னு கேக்கறாரு வள்ளுவரு?''

''ஆமாம், உன்கிட்டே வந்து அதைத்தான் கேட்டார் அவரு! அதில்லேடா, அர்த்தம் சொல்றேன் கேளு. 'உலகம் எப்படி நடக்குதோ, அந்த மாதிரி உலகத்தோட பொருத்தமா நடந்துக்கிறதுதான் அறிவு' அப்படின்னு அர்த்தம். இந்த உலகத்திலே பொதுவாக அசைவம் சாப்பிடறாங்க, நானும் சாப்பிடறேன். வள்ளுவர் சொன்ன மாதிரி பார்த்தா இதான் அறிவு.''

''வள்ளுவர் கோட்டத்தை என்னைப் புதைச்சு என் மேலே கட்டியிருக்கலாம்னு சொன்னியே, அது கரீக்ட்தான். உன்னைப் புதைச்சுக் கட்டியிருந்தா அது இடிஞ்சு உளுந்திருக்கும். இன்னாப்பா நீ வள்ளுவரை அம்பேல் ஆக்றே?''

வையாபுரி இதற்குப் பதில் சொல்லி தன்னுடைய அசைவ உணவை நியாயப்படுத்தும் முயற்சி தடைப்பட்டது. வையாபுரியின் உதவியாளர் கந்தசாமி வந்தார். கந்தசாமி ஒரு தமிழ்ப் பண்டிதர். வையாபுரியிடம் மாதச் சம்பளத்திற்கு வேலை பார்த்துக் கொண்டிருந்தார். வையாபுரி ஒவ்வொரு விழாவில் கலந்து கொள்ளும் போதும் அந்த விழாவிற்குத் தகுந்த குறட் பாக்களைப் பொறுக்கி எடுத்து, சில குட்டிக் கதைகளையும் சேர்த்து ஒரு மேடைப் பேச்சைத் தயாரித்துக் கொடுப்பதுதான் கந்தசாமியின் வேலை.

இப்போது கந்தசாமி அங்கே வரவும், வையாபுரி ''இந் தாங்க கந்தசாமி? இதோ பாருங்க, நாதன் மகனுக்குப் பூணூல் போடப் போறாங்கய்யா. ஏதாவது நாலு வார்த்தை பேச வேண்டி வந்தாலும் வரும். ஒரு ரெண்டு மூணு நிமிஷத்துலே பளிச்சுன்னு வர மாதிரி, ஏதாவது பேச்சு தயார் பண்ணிக் கொடுத் திடுங்க'' என்று கூறி அழைப்பிதழை அவரிடம் கொடுத்தார்.

''சரிங்க'' என்று சொல்லிய கந்தசாமி, அதை வாங்கிக் கொண்டு வேறு அறைக்குப் போய் விட்டார்.

சிங்காரம், ''சரியான குடாக்குப்பா இந்த ஆளு. நீ பேரைத் தட்டிக்கினு போவறதுக்காகவே இவன் ஒழைக்கிறான். மெய் யாலும் சொல்லு, இந்த ஆளுக்குத் தெரிஞ்ச அளவு தமிளு ஒனக்குத் தெரியுமா? அந்த ஆளு வள்ளுவரைக் கண்டுக்கின அளவுக்கு, நீ கண்டுக்கினியா?''

''அவரு வள்ளுவரைத் தாண்டா கண்டுக்கிட்டவரு. நான் வாழ்க்கையைக் கண்டுக்கிட்டவன். உனக்கு ஏன் இதெல் லாம். அந்தப் பெரிய பஜார் தெருவிலே, வீட்டைக் காலி பண்ண மாட்டேன்னு ஒரு ஆள் பிடிவாதம் பிடிச்சுக் கிட்டிருந்தானே, அவனை என்ன செய்தே? அதைச் சொல்லு.''

''ஒனக்கு அந்த வீட்டுச் சொந்தக்காரரு வேண்டியவராப் பூட்டாரு. அங்கே கொடக் கூலிக்கு இருக்கறவன் பாவம் ஏளைப் பட்ட ஆளு. இந்த ஆளு அந்நாயமா அட்வான்ஸை வேற வாங்கி வெச்சுக்கினு திருப்பித் தரமாட்டேங்கறான். அந்த ஏளைப்பட்டவன் எப்படிய்யா ஊட்டைக் காலி பண்ணு வான்? போய்ப் பார்த்தாலே பரிதாபமா கீது.''

''ஏய்... அந்த வீட்டுச் சொந்தக்காரரு ரொம்பப் பெரிய மனுஷண்டா. அவராலே நமக்கு ஆகவேண்டிய காரியம் ரொம்ப இருக்குது. நீ சொல்ற அந்த ஏழைப்பட்டவனை அந்த வீட்டு லேருந்து நம்ம கிளப்பிட்டம்னா, அந்தப் பெரிய மனுஷன்

நமக்கு என்ன வேணும்னாலும் செய்வாரு. போய் நாலு மெரட்டு மெரட்டி, அந்த ஆளை அங்கேயிருந்து கெளப்பு.''

''சர்தாம்பா! எனக்கு என்னாச்சு? நாயத்தைச் சொன்னேன். நீ கேட்டுக்கலே உடு, நான் இன்னிக்குச் சாயங்காலத்துக்கு மேலே, கொஞ்சம் ஊத்திக்கினு அந்தப் பக்கம் போறேன். நான் போடற கோஷ்டத்துலே இன்னிக்கு ராவுக்கே அவன் வீட்டைக் காலி பண்ணிடறான் பாரு!''

''சரி அந்த மளிகைக் கடையிலே எடை தப்பா இருக்குதுன்னு ஒருத்தன் போலீஸுக்கு ரிப்போர்ட் கொடுத்தானாமே. அந்த ராஸ்கலை கவனிக்கச் சொன்னேன். கவனிச்சியா?'' என்று ஆரம்பித்த வையாபுரி, இந்த மாதிரி சில சமூகப் பணிகளை சிங்காரம் சரியான முறையில் செய்து முடித்திருந்தானா என்பதைக் கேட்டு அறிந்து கொண்டிருந்தார். நியாயமாகவும் சட்டப்பூர்வமாகவும் செய்து கொள்ள முடியாத காரியங்களைச் செய்து முடித்துக் கொள்ள விரும்பும் பெரிய மனிதர்கள் சிலர், வையாபுரியை அணுகுவார்கள். வையாபுரி, சிங்காரத்தை ஏவி விடுவார். ரௌடி என்று சிங்காரம் வாங்கி வைத்து இருந்த பட்டத்தின் மூலமாக அந்தக் காரியங்கள் செய்து முடிக்கப்படும். அப்படிப்பட்ட காரியங்களின் பட்டியல் அவர்கள் சம்பாஷணையில் நீண்டு கொண்டே போயிற்று.

அப்போது, அங்கே ஒரு பிரமுகர் வந்தார். வணக்கங்கள், மரியாதைகள் முடிந்த பிறகு, பேச்சு காரியத்திற்குத் திரும்பியது. அந்தப் புள்ளி வையாபுரியிடம் ''நியாயமா அந்தக் கான்ட்ராக்ட் எனக்குத்தான் வந்து சேரணும். வேறு யாரும் கெடுத்துராமே பாத்துக் கிட்டிங்கன்னா போதும்'' என்று கேட்டுக் கொண்டார்.

வையாபுரி, ''நீங்க கவலைப்பட வேண்டிய அவசியமே இல்லை. காண்ட்ராக்ட் உங்களுக்குத்தான். இப்பவே தீர்மானம்

பண்ணிக்குங்க'' என்று ஏதோ இவரே எழுதிக் கொடுப்பது போல் பேசினார். அந்த நபரும் மனநிறைவோடு திரும்பினார்.

இப்படிப் பல பிரமுகர்களின் பிரச்னைகள் சில வினாடி களில் தீர்க்கப்பட்டு முடிவடைந்து கொண்டிருந்தன. கடைசி யாக, வையாபுரியின் வீட்டு வாசலில் வெகு நேரமாகப் பார்த்துக் கொண்டிருந்த ராமசாமி உள்ளே நுழைந்தான்.

பயபக்தியுடன் கைகளைக் கட்டிக் கொண்டு தயங்கித் தயங்கி உள்ளே வந்த அவனை வையாபுரி அன்போடு வர வேற்றார். ''வாப்பா ராமசாமி'' என்று அவர் தேன் ஒழுகக் கூப் பிட்ட போது ராமசாமிக்கு, ''தான் வந்த காரியம் இம்முறை நிறைவேறி விடும்'' என்ற தைரியம் வந்தது. வையாபுரியின் அன்பு மேலும் கொட்டியது. ''தம்பி ராமசாமி'' என்று கூறிக் கொண்டே எழுந்து நின்று அவன் தோளின் மேல் கையைப் போட்டு, அவனை அணைத்துக் கொண்டார். ''எவ்வளவு முறை இங்க வந்து போயிட்டே தம்பி நீ!'' என்று அவனைப் பரி வுடன் விசாரித்தார்.

ஏதாவது ஒரு வேலை வாங்கித் தருமாறு வையாபுரியை அடிக்கடி வந்து கெஞ்சிக் கொண்டிருந்த அந்த ஏழை, 'இம் முறை நமக்கு வெற்றிதான் என்று நினைக்கும் போதே, வையா புரிக்கு அவன் மீதிருந்த அக்கறை மேலும் பொழிந்தது. ''தம்பி உனக்காக நான் முயற்சி பண்ணாத இடமே இல்லை. நீ ஃபார்வர்ட் கம்யூனிட்டி பையனாகப் போயிட்டே. நீ மட்டும் பிராமின் இல்லேன்னா எங்கேயாவது ஒரு இடத் துலே வேலை வாங்கி கொடுத்துடுவேன், உனக்குக் கிடைக்க மாட்டேங்குதே! நான் என்ன செய்யட்டும்?'' என்று பாசத் துடன் கேட்டார் வையாபுரி.

ராமசாமி ஏமாற்றத்துடன் அவரைப் பார்த்தான். ''சார், எந்த வேலையா இருந்தாலும் பரவாயில்லை. எஸ்.எஸ்.எல்.ஸி.

பாஸ் பண்ணியிருக்கேன். டைப்ரைட்டிங் தெரியும். ஆனா, பியூன் வேலையா இருந்தாலும் பார்க்கத் தயாராக இருக்கேன். எங்கப்பா குமாஸ்தா வேலையிலிருந்து ரிடையராகி ரெண்டு வருஷம் ஆறது. எனக்கு மூணு தங்கை. ஒரு வேளை சாப்பாட்டுக்கே குடும்பத்துலே கஷ்டமா இருக்கு சார். பெரிய மனசு எப்படி பண்ணியாவது ஒரு வேலை வாங்கிக் கொடுத்திருங்க ஸார். உங்களைத்தான் நம்பியிருக்கேன்'' என்று அழாத குறையாகக் கேட்டான்.

''தம்பி, நான் தான் சொல்லிட்டேனே, ஃபார்வர்ட் கம்யூனிட்டின்னா வேலை கிடைக்கிறது கஷ்டம். என்னாலே முடியலே. நீ இனிமே அடிக்கடி வந்து தொந்தரவு பண்ணாதே. என்னைக் கேட்டா, நீ இந்த மாதிரி என்னைக் கெஞ்சறதே தப்பு. வள்ளுவர் என்ன சொல்லியிருக்காரு தெரியுமா? 'கரவாது உவந்தீயும் கண்ணன்னார் கண்ணும், இரவாமை கோடியுறும்' — என்ன அர்த்தம் தெரியுமா?

''நான் குன்சா அர்த்தம் சொல்லவா?'' என்று சிங்காரம் குறுக்கிட்டான்.

''நீ பேசாம இரு'' என்று அவனை அடக்கிய வையாபுரி மீண்டும் ராமசாமியைப் பார்த்து, ''என்ன அர்த்தம் தெரியுமா?'' என்று ஒரு முறை கேட்டு விட்டு, அவரே அர்த்தத்தையும் சொன்னார். 'தங்கிட்ட இருக்கிறதை, ஒளிக்காம மனமகிழ்ந்து கொடுக்கிற கண் போலச் சிறந்தவங்ககிட்டக் கூட போய் எதையும் யாசிக்காம இருக்கிறதுதான் கோடி மடங்கு நல்லது' அப்படின்னு சொல்றார் வள்ளுவர். அதனாலே என்னாலே முடிஞ்சதை மறுக்காம நான் செய்யறவனா இருந்தாலும், நீ எங்கிட்ட வந்து எதுவும் கேக்கக் கூடாது. போயிட்டு வா தம்பி'' என்று கூறி பேச்சுக்கு முற்றுப் புள்ளி வைத்தார்.

அப்போது வருத்தத்துடன் தலை குனிந்த ராமசாமியின் கண்களில், அசோக் பூணூல் அழைப்பிதழின் கவர் பட்டது.

6

அசோக்கின் பூணூல் அழைப்பிதழ் கவரைப் பார்த்தவுடன் திடீரென்று ஏதோ ஒரு தீர்மானத்திற்கு வந்தவனாக வையாபுரியிடம், ''உங்களுக்குச் சிரமம் கொடுத்ததற்கு மன்னிச்சுக்குங்க சார். என் குடும்பக் கஷ்டம் தாங்க முடியாமத்தான் நான் உங்களுக்குத் தொல்லை கொடுத்துட்டேன். நான் வரேன்'' என்று கூறி ராமசாமி வெளியே சென்றான்.

சிங்காரம் வையாபுரியைப் பார்த்து, ''என்னாபா நீ? அந்தப் பையனுக்கு எங்கேயாவது வேலை வாங்கிக் கொடுக்கக் கூடாது? யார் யாருக்கோ என்னவெல்லாமோ செய்றே! ஏளைப் பட்ட பையன், இவனைச் சதாச்சு அனுப்பிட்டியே? நீ நெனைச்சியானா, அவனுக்கு ஒரு எடத்லே வேலை வாங்கிக் குடுக்க முடியாது?'' என்று கேட்டான்.

''போடா முட்டாள். இந்த மாதிரி அன்னக் காவடிக்கெல் லாம் உதவி பண்றதுலே நமக்கென்னடா லாபம்? ஏதோ நாலு பெரிய மனுஷங்களுக்குக் காரியம் செய்தோம்னா, அவங்களுக் கும் நல்லது; நமக்கும் நல்லது. இந்த மாதிரி ஆளுங்களுக் கல் லாம் உதவி பண்ணி நம்ம இன்ஃப்ளுவன்ஸை வேஸ்ட் பண்ணக் கூடாது'' என்று சொல்லி உள்ளே போக ஆரம்பித்தார் வையா புரி. போகிற போக்கில் மேஜை மீதிருந்த திருக்குறள் புஸ்தகத் தின் பக்கங்களை அவருடைய அங்கவஸ்திரம் கொஞ்சம் புரட்டியது. 'இல்லை என்று சொல்கிற அளவிலேயே கேட் பவருக்கு உயிர் போகிறதே; இருப்பதை இல்லையென்று ஒளிப்பவருக்கு உயிர் எங்கு ஒளிந்திருக்குமோ' என்ற அர்த்தம் கொண்ட — 'கரப்பவர்க்கு யாங்கொளிக்குங் கொல்லோ இரப்பவர், கொல்லாடப் போகும் உயிர்' — என்ற குறட்பா வரிகளை அவருடைய அங்கவஸ்திரம் ஒரு முறை தழுவிச் சென்றது.

வையாபுரியின் வீட்டின் வெளியே ராமசாமி நின்று யோசித்துக் கொண்டிருந்தான். 'இதுவரை நான் ஒரு முறை

கூட அசோக்கிடம் எந்த ஒரு உதவியும் கேட்டதில்லை. பள்ளிக்கூடத்தில் எஸ்.எஸ்.எல்.ஸி வரை ஒன்றாகப் படித் திருந்தும் கூட, அவனிடம் எதையும் எதிர்பார்த்ததில்லை. ஆனால், குடும்பம் இப்போது இருக்கும் நிலையில், அவ னுடைய உதவியை நாடுவதைத் தவிர வேறு வழியில்லை. அவனுடைய பூணூல் கல்யாணத்திற்கு வரவேண்டும் என்று, என்னையும் தானே அவன் நேரில் கூப்பிட்டிருக்கிறான்? அன்று அவன் வீட்டிற்குப் போய், அசோக்கையும் வைத்துக் கொண்டு, அவன் எதிரிலேயே அவன் தந்தை நாதனிடம் 'எனக்கு ஏதா வது வேலை கொடுங்கள்' என்று நேரடியாகக் கேட்டு முயற் சித்துப் பார்ப்பதுதான் ஒரே வழி' என்று ஒரு முடிவிற்கு வந்தான் ராமசாமி. அசோக்கின் உபநயன முகூர்த்த தினத்தை, தன்னை விட ஆர்வமாக எதிர்நோக்குபவர்கள் யாருமே இருக்க முடி யாது என்று அப்போது எண்ணினான் அவன்.

ஆனால் அவனை விட மிகப் பெரியவர்கள் — அவன் தன் கனவிலும் நினைத்துப் பார்க்க முடியாத அளவு பெரிய வர்கள் — அவன் தன் வாழ்நாளில் சந்திக்க முடியாத அளவு உயர்ந்தவர்கள் — அசோக்கின் உபநயன முகூர்த்த தினத்தை, ராமசாமியை விட அதிக ஆர்வத்தோடு எதிர்பார்த்துக் கொண் டிருந்தார்கள். கேவலம், வயிற்றுப் பிழைப்புக்கு வழி செய்யும் ஒரு வேலைக்காக ராமசாமி அசோக்கின் உபநயன தினத்தை எதிர் நோக்கிக் காத்துக் கொண்டிருந்தான். ஆனால் அந்த உயர்ந்தவர்களோ, ஒரு மிகப் பெரிய பிரச்னையின் தீர்வுக்கு ஆரம்பம் என்று நினைத்து, அசோக்கின் உபநயனத்தை எதிர் பார்த்திருந்தார்கள். 'எண் சாண் வயிற்றுப் பிரச்னையை எப்படித் தீர்ப்பது?' என்ற ஏக்கத்தில்தான் ராமசாமி, அசோக்கின் பூணூல் கல்யாணத்தை எதிர்பார்த்தான். ஆனால், அந்தப் பெரியவர் களோ, 'எது வாழ்வு? எவரெவர் எப்படி எப்படி வாழ்கிறார்கள்? எது என்ன?' என்பன போன்ற ஆழமான சுழல்கள் நிறைந்த — விவகாரங்கள் அடங்கிய ஒரு பிரச்னைக்கு முடிவு தெரியும்

நாள் அன்று ஆரம்பமாகும்' என்ற நம்பிக்கையில், அசோக்கின் உபநயனத்தை எதிர்பார்த்திருந்தார்கள்.

அசோக்கின் உபநயன தினத்தை அவ்வளவு ஆர்வமுடன் எதிர்நோக்கியவர்கள், பெரியதொரு பிரச்னையின் விடைக்கு அவனுடைய உபநயனம் ஆரம்பமாக இருக்கும் என்று நினைத்து, அந்தத் தினத்தை எதிர் நோக்கியிருந்தவர்கள் — மனிதர்கள் அல்ல; பூலோகவாசிகளல்ல.

தேவலோகத்தில் சிலர்தான் அசோக்கின் உபநயனத்தை அப்படி ஆவலுடன் எதிர்பார்த்தார்கள். நாரதரும், விஸ்வாமித்திரரும் மிக்க ஆர்வமுடன் இருக்க, சிவனும் சக்தியும் 'உபநயனம் நடக்கட்டும், பொறுமையாக இருங்கள்' என்று நாரதரிடமும், விஸ்வாமித்திரரிடமும் கூறிக் கொண்டிருந்தார்கள்.

நாரதருக்கும், விஸ்வாமித்திரருக்கும், அசோக்கின் உபநயனத்தில் அக்கறை அதிகமிருப்பதற்குக் காரணம் இருந்தது.

நாதன், வசுமதி தம்பதியினருக்கு மகப்பேறு இல்லாமல் அவர்கள் அதற்காகத் தெய்வத்தை வேண்டி நின்ற காலம். கைலயங்கிரியில் பரமசிவனின் சபை, மனித குலத்திற்கு க்ஷேமம் அளிப்பதற்காக, எப்போதும் போல் கூடியிருந்தது. இந்திர நீலக் கல்லாலான தூண்களால் தாங்கப்பட்டதும், வெள்ளை ரத்தினங்கள் இழைத்து ஒளி வீசும் படிக்கட்டுகளைக் கொண்டதும், மேல் உச்சியில் தங்கக் குடங்கள் தகதக வெனப் பிரகாசித்துக் கொண்டிருப்பதும், மாமுனிவர்கள் வந்து வீற்றிருப்பதுமான ருத்ரனின் சபை, உலகைக் காப்பதற்குக் கூடியிருக்கும் போது, அச்சபைக்கு நாரதர் வந்தார்.

"இன்று என்ன கலகம் நாரதா?" என்று புன்சிரிப்புடன் கேட்டார் பரமேஸ்வரன்.

"கலகம் எதுவும் இல்லை. பூலோகத்தில் நடந்த ஒரு நிகழ்ச்சி பற்றிய செய்தியைக் கேள்விப்பட்டேன். சொல்லலாம்

என்றால் சொல்கிறேன். அதைக் கலகம் என்று நினைப்பாக இருந்தால், நான் எதுவும் பேசவில்லை'' என்றார் நாரதர்.

''நாரதா! நாங்கள் என்ன சொன்னாலும் சரி, நீ சொல்ல வந்ததைச் சொல்லாமல் விடப் போவதில்லை. உம்! சொல்'' என்றாள் உமையவள். ஊர்ச் செய்தி அறிவதில் அன்னை பார்வதிக்கும் ஒரு ஆர்வம்! பெண்ணல்லவா?

நாரதர் ஆரம்பித்தார்; ''பூலோகத்தில், பாரத தேசத்தில், தென்னாட்டில், பிராமணர்கள் மகாநாடு ஒன்று நடந்தது பிராமண சமூகத்தின் மேன்மையைப் பற்றிப் பலர் பேசியிருக்கிறார்கள். பிராமணச் சமூகத்தைச் சேர்ந்தவர்களுக்கு வேலை வாய்ப்புகள் பற்றி, கலாசாலைகளில் அவர்களுக்குத் தரப்படும் இடங்களின் எண்ணிக்கை பற்றி... இப்படிப் பல பிரச்னைகள் அந்த மகாநாட்டில் விவாதிக்கப்பட்டிருக்கின்றன. இதைத் தொடர்ந்து, 'இந்த மகாநாடு நடந்ததே பிராமணர்களின் ஜாதி வெறியைத்தான் காட்டுகிறது' என்று சிலர் பேசி இருக்கிறார்கள். சில தீவிரவாதிகள், 'அவர்கள் ஒடுக்கப்பட வேண்டும்' என்றும், சிலர் அதிதீவிரவாதிகள் 'அவர்கள் ஒழிக்கப் பட வேண்டும்' என்றும் பேசி இருக்கிறார்கள்'' என்று சொல்லி நிறுத்தினார் நாரதர்.

ஈஸ்வரன் மௌனம் சாதித்தார். இமவான் மகள் இன்முகத்துடன் இருந்தாள். வசிஷ்டர் வாயைத் திறக்கவில்லை. விஸ்வாமித்திரரும் பேசாமலிருந்தார்.

நாரதர், ''மற்றவர்களுக்கு இந்தச் செய்தி சுவையற்றதாக இருப்பது எனக்கு வியப்பை அளிக்கவில்லை. ஆனால் பிரும்ம ரிஷி விஸ்வாமித்திரர் அறிவு மிகுந்தவர். அவருக்கும் இப் பிரச்னையில் ஆர்வம் இல்லாதது எனக்குச் சற்று வியப்பாகத் தான் இருக்கிறது'' என்றார்.

'விஸ்வாமித்ரா! நாரதன் வலை வீசுகிறான். ஏதாவது பேசி, சிக்கிக் கொள்ளாதே' என்று எச்சரிப்பது போல் அவரைப் பார்த்தாள் அம்பிகை.

நாரதர், ''அம்பிகையே! உங்கள் பார்வையின் பொருள் எனக்கும் புரிகிறது. இம்மாதிரிப் பிரச்னைகளில் வாயைத் திறக்காமல் இருந்து விடுவது விவேகம் என்பதை நானும் ஒப்புக் கொள்கிறேன். ஆனால் சற்றுத் துணிவுள்ளவர்கள், எந்தப் பிரச்னையிலும் தங்களுக்கு ஏதாவது அபிப்பிராயமிருந்தால், அதைச் சொல்லாமல் இருக்க மாட்டார்கள். அறிவுள்ளவர்களுக்கு அபிப்பிராயம் இல்லாமல் போகாது. துணிவுள்ளவர்கள் தங்கள் அபிப்பிராயத்தைச் சொல்லாமல் இருக்க மாட்டார்கள். விஸ்வாமித்திரருக்கு அறிவோ, துணிவோ இல்லை என்று நினைக்குமளவிற்கு நான் அகம்பாவி அல்ல அம்பிகையே!'' என்று கூறி முடிப்பதற்குள் விஸ்வாமித்திரர் ஆரம்பித்தார்:

''நாரதா, கூறிய நிகழ்ச்சிகளைப் பற்றி அபிப்பிராயம் சொல்வதற்கு முன்னால், ஒரு அடிப்படைக் கேள்விக்கு விடை காண வேண்டும். இன்று பூவுலகில், 'பிராமணன்' என்று அழைக்கப்படும் அருகதை படைத்தவர்கள் எத்தனை பேர், எங்கெங்கு இருக்கிறார்கள்? இக்கேள்விக்கு விடை காணாமல், நீ கூறிய நிகழ்ச்சிகளை விமர்சிப்பது முறையாகாது.''

விஸ்வாமித்திரர் இப்படிக் கூறியதும் ஈசன் நாரதரைப் பார்த்து, ''நாரதா, உன் முயற்சி வெற்றி பெற்றது! சர்ச்சை ஆரம்பமாகி விட்டது. திருப்திதானே?'' என்று வினவினார்.

நாரதர் பேசினார்: ''பரமேஸ்வரா! என் முயற்சியா? முயற்சி செய்ய நான் யார்? ஆட்டுவிப்பது நீ! ஆடுவது மற்றவர்கள். உன் தாண்டவம் நடக்கும் போது நீ ஆடுகிறாய் என்று மற்றவர்கள் நினைக்கலாம். ஆனால் நீ ஆடும் போது அண்ட சராசரங்களும் அனைத்து ஜீவராசிகளும் அல்லவா ஆடுகின்றன! ஆட்டுவிப்பதற்காகவே ஆடுபவன் நீ! புலித்தோல் போர்த்தியவனே, பசு உள்ளம் கொண்டவனே! ஒருவன் ஆடுகிறான் என்றால், அதற்குக் காரணம் உன் தாண்டவமே! நாரதன் முயற்சி செய்கிறான் என்றால், அதற்குக் காரணம் உன் முயற்சியே!

உண்மை இப்படியிருக்க, 'நாரதா! உன் முயற்சி' என்று கூறி, விஸ்வாமித்திரரின் கருத்து வெள்ளத்தை ஏன் அணை போட்டு நிறுத்துகிறாய்? தேக்கி வைத்துப் பின் பயன்படுத்தவா? அல்லது அடக்கி வைக்கவா?''

நாரதர் இப்படிக் கூறியவுடன் மகாதேவி மனம் விட்டுச் சிரித்தாள். ''ஜகத்பதியே! என்ன பதில் சொல்லப் போகிறீர்கள்? நாரதன் ஏதோ தீர்மானத்துடன்தான் வந்திருக்கிறான். பக்தர்களின் அடிமையே! நாரதன் தன் பக்திப் பெருக்கினாலேயே உங்களை வெல்வான். என்னதான் செய்ய நினைக்கிறான் என்று பார்ப்போமே பரமேஸ்வரா?''

''நம்மில் சரிபாதி இடம் பெற்றிருக்கும் சக்தியும் அனுமதி அளித்து விட்டாள். இனி உனக்குத் தடையோ நாரதா!'' என்றான் மகாதேவன்.

வசிஷ்டர், ''சர்ச்சையை விஸ்வாமித்திரர் தொடங்கி விட்டார். தொடர்வதுதானே நியாயம்?'' என்றார்.

''வசிஷ்டரே! தொடங்கப்பட்ட சர்ச்சையைத் தொடர்வதற்குத் தயக்கம் காட்டுபவன் அல்ல விஸ்வாமித்திரன்'' என்று கூறிய விஸ்வாமித்திரர் தொடர்ந்தார்: ''நான் எழுப்பிய கேள்வி இதுதான் – நாரதன் கூறிய நிகழ்ச்சிகளைப் பற்றி அபிப்பிராயம் சொல்வதற்கு முன்னால் விடை காணப்பட வேண்டிய கேள்வி இதுதான் — எத்தனை பிராமணர்கள் எங்கே இருக்கிறார்கள்?''

''விஸ்வாமித்திரரே! எத்தனை பிராமணர்கள், எங்கே இருக்கிறார்கள்? என்ற உமது கேள்விக்கு விடை காண்பதற்கு முன்பாக வேறு ஒரு கேள்விக்கு விடை காண வேண்டியது அவசியமாவதை நீங்கள் உணராதது வியப்புதான்!''

''என்ன கேள்வி அது வசிஷ்டரே?''

''பிராமணன் என்பவன் யார்?'' என்பதே அக்கேள்வி. இதற்கு விடை காணாமல் 'எத்தனை பிராமணர்கள் இருக்கிறார்கள்' என்ற கேள்விக்கு விடை தேடுவது, 'விஸ்வாமித்திரன் யார்?' என்பது தெரியாமல் 'விஸ்வாமித்திரன் எங்கே?' என்று தேடுவது போல ஆகும். புரிகிறதா?''

''வசிஷ்டரே! பிராமணன் என்றதுமே உவமை காட்ட உமது பெயரைச் சொல்லிக் கொள்ள முடியாமல் என் பெயரையே நீங்கள் உங்களையும் அறியாமல் கூறியது எதைக் காட்டுகிறது என்பது புரிகிறதா?''

நாரதர் குறுக்கிட்டார். ''வசிஷ்டருக்கு என்ன புரிகிறதோ புரியவில்லையோ — எனக்கு ஒன்றுமே புரியவில்லை. நிகழ்ச்சிகள் சிலவற்றைப் பற்றி நான் கூறினேன். அதுபற்றிக் கருத்து கூறுவதற்கு முன்பாக, 'பிராமணன் எங்கே இருக்கிறான்?' என்ற கேள்விக்கு விடை காண வேண்டும் என்று விஸ்வாமித்திரர் கூறினார். அதற்கு விடை காண்பதற்கு முன்பாக, 'யார் பிராமணன் என்ற கேள்விக்கு என்ன விடை?' என்று கேட்கிறார் வசிஷ்டர். இது என்ன விவாதம்? இப்படிக் கேள்விகளாகவே தொடர்ந்து கொண்டிருக்கிறதே. விடை சொல்ல இங்கே ஒருவருமில்லையே? கேள்விகள் கேட்கத் தான், இங்கிருப்பவர்களால் முடியுமா? விளக்கம் கூறும் துணிவு யாருக்கும் கிடையாதா?''

முக்கண்ணன் நாரதரைப் பார்த்து, ''நாரதா! விளக்கம் கூற யாருமே கிடையாதா? என்று ஏன் சுற்றி வளைத்துக் கேட்கிறாய்? என்னை நேரிடையாகவே 'விடை கூறு' என்று கேட்கலாமே'' என்றார்.

''நேரிடையாகப் பேசும் பழக்கத்தை நாரதருக்குத் தாங்கள் அளிக்கவில்லையே'' என்றாள் உமையவள்.

''அன்னை என்னைக் கைவிட மாட்டாள்'' என்று மகிழ்ந்தார் நாரதர்.

அன்னை பராசக்தி பரமனைப் பார்த்து மேலும் கேட்டாள். உண்மையிலேயே இப்போது இங்கு நடைபெற்றுக் கொண்டிருக்கும் விவாதம் பற்றித் தங்கள் கருத்து என்ன? விஸ்வாமித்திரர் ஒரு அடிப்படைக் கேள்வியை எழுப்ப, வசிஷ்டர் அதற்கும் ஆதாரமான ஒரு கேள்வியை எழுப்பி யிருக்கிறார். எனக்கும் விவாதத்தில் சுவை தட்டுகிறது. கொஞ்சம் தெளிவு பெற தாங்கள் தங்கள் திருவாய் மலர்ந்து முத்து உதிர்த்தால் குறைந்தா போய் விடுவீர்கள்?'' என்று கேட்டுச் சிரித்தாள் ஆதிபராசக்தி.

பரமசிவன் — சங்கரன் — அந்த நீலக்ரீவன், சக்தியைப் பார்த்துச் சொன்னார்: ''பர்வதராஜன் மகளே! உன் மனதில் பூலோக வாசிகளுக்கு அனுக்கிரகம் செய்ய வேண்டும் என்ற எண்ணம் உதித்து விட்டது எனக்கும் புரிகிறது. அதனால்தான் என்னைத் தூண்டுகிறாய். சகல உலகங்களையும் பாதுகாப்பதென்று விரதம் பூண்டிருக்கும் நீ, உலக நன்மைக்காக என்னை ஏவுகிறாய். கதிரவனைக் காட்டிலும், ஒளிமிக்க திருவடிகளைக் கொண்டவளே, உலகிற்கு ஒளி காட்ட நினைத்து எனக்கு வழி காட்டுகிறாய் சரி, என் விளக்கத்தைக் கூறுகிறேன். உன் விருப்பம் நிறைவேறட்டும். விஸ்வாமித்திரன் எழுப்பிய கேள்வியும் சரி, வசிஷ்டன் விடுத்த வினாவும் சரி, இங்கு அமர்ந்து விடை காண வேண்டியவை அல்ல. இங்கிருக்கும் நம்மில் யாரும் அறியாத விடைகளும் இல்லை. வினாக்களை எழுப்பிய வசிஷ்டனுக்கும், விஸ்வாமித்திரனுக்கும் விடைகள் தெரியாதா? இல்லை, பிரச்னையைக் கிளப்பிய நாரதனுக்குத்தான் விளக்கங்கள் புரியாதா? உமையவளே! உன்னையும் நான் கேட்கிறேன். உனக்கில்லாத தெளிவா? நாம் வாழ்வது ஜீவராசிகள் மகிழ்வதற்காக. நாம் ருத்திர ரூபம் கொள்வது — அழிய வேண்டியவை அழிவதற்காக! இப்போது நாம் வாதம் நடத்திக் கொண்டிருப்பது மனிதர்கள் தெளிவு பெறுவதற்காக! தொடரட்டும் விவாதம்! ஆனால் ஒரு விஷயம். விஸ்வாமித்திரனும்,

வசிஷ்டனும் எழுப்பிய கேள்விகளுக்கு இங்கிருந்து விடை காண முயல்வது முறையல்ல!''

''ஏன்?'' என்று கேட்டார் நாரதர்.

''நம்முடைய பார்வையில் அனைத்து ஜீவராசிகளும் ஒன்றே! நாமே பிருமம். பிரும்மமே நாம். நம்மிடத்தில் சகல ஜீவராசிகளும் அடக்கம். அனைத்து ஜீவராசிகளிலும் நாம் இருக்கிறோம். இதில் பிராமணன் யார்? எங்கே இருக்கிறான்? என்ற கேள்விகள் நாம் கேட்க வேண்டிய கேள்விகள் அல்ல. அதற்கு விடையும் நாம் அளிக்க வேண்டியதில்லை.

''இருந்தாலும் தங்களை உணர்ந்தவன்... பிரும்மத்தை உணர்ந்தவன் பிராமணன் என்ற...'' என்று நாரதர் பேச ஆரம் பிக்க, சடைமுடியோன் குறுக்கிட்டான்.

''இது பற்றிய விளக்கங்கள், கொடுக்கப்பட வேண்டிய இடம் இதுவல்ல என்று கூறினேனே நாரதா!''

''நீலக்ரீவா! இதுபற்றிப் பேசவே வேண்டாம் என்று கூறுகிறீர்களா?'' என்று கேட்டார் விஸ்வாமித்திரர்.

''இங்கு பேச வேண்டாம் என்றுதான் கூறினேன்.''

''எங்கு பேசலாம் என்று கூறுகிறீர்கள்?'' என்றார் வசிஷ்டர்.

''பூலோகத்தில்'' என்றான் பரமன்.

''சற்று விளக்கமாகச் சொல்லுங்கள்'' என்று நாரதர் கேட்டுக் கொண்டார்.

''ஆரம்பத்தில் நாரதன் கூறியது போல் ஆடுவதும் நாமே, ஆட்டி வைப்பதும் நாமேதான். விஸ்வாமித்திரனும், வசிஷ்ட னும் எழுப்பிய கேள்விகள் பூவுலகில் அடிக்கடி எழுகின்றன. பிரச்னைகள் வருகின்றன. அவற்றிற்கு அங்கேயே ஒரு விடை காண, நம் மனம் விரும்பியது. அதன் முடிவாகத்தான் இங்கே

உங்களிடையே இந்த விவாதம் ஆரம்பித்தது. விஸ்வாமித்திரனும், வசிஷ்டனும் எழுப்பிய கேள்விகளுக்கு இன்று பூவுலகில் அவரவர்கள் தங்கள் தங்கள் மனப்போக்கில் விடையளித்துக் கொண்டிருக்கிறார்கள். கர்வமும், பாரபட்சமும் சிலர் மனப்போக்கிலும்; துவேஷமும், குரோதமும் சிலர் மனப்போக்கிலும் குடிகொண்டு, அகங்காரமும், அறிவின்மையும் சேர்ந்து கொண்டு, நேர்மையான நியாயமான விடைக்கு வழி இல்லாமல் போய்க் கொண்டிருக்கிறது. ஆகையால் பூவுலகிலேயே இருந்து, ஒருவன் நேர்மையாக நின்று, அறிவுடன் ஆராய்ந்து, இங்கு எழுப்பப்பட்ட கேள்விகளுக்கு அங்கு விடையளிக்க வேண்டும். அப்போதுதான் இப்பிரச்னையில் மனிதர்களிடையே ஓரளவாவது தெளிவு உண்டாகும். இதைக் கருதியே நாம் ஒரு முடிவுக்கு வந்துள்ளோம்.''

''உலக மாதா உமையவளுக்கு உடையவனே! உங்கள் முடிவுதான் என்ன?'' என்று நாரதர் கேட்க, விஸ்வாமித்திரரும், வசிஷ்டரும் பரமசிவனின் பதிலை ஆவலுடன் எதிர் பார்த்து நின்றார்கள்.

''நேர்மையும், அறிவும் மிக்க வசிஷ்டன் பூவுலகில் அவதரிப்பான். அங்கு அவனுக்கு பிரும்மோபதேசம் நடக்கும் வரை சாதாரணமாகவே இருப்பான். பிரம்மோபதேசம் நடந்த பின் வசிஷ்டன் ஞானத்தை நாடுவான். அத்துடன் உண்மையான பிராமணனையும் தேடுவான்.''

பரமன் மேலும் தொடர்ந்தான். ''வசிஷ்டன் தன் பூவுலக வாழ்க்கையில் இப்படிப் பிராமணனைத் தேடி அலையும் போது, இப்போது இங்கே எழுப்பப்பட்ட கேள்விகளுக்கு அங்கே அவன் விடை காண்பான். தான் கண்ட விளக்கங்களை மனித சமுதாயத்திற்கு எடுத்துச் சொல்வான். ஏற்பவர்கள் ஏற்கட்டும். ஏற்காதவர்கள் நிராகரிக்கட்டும், மனிதர்கள் அனைவரையும் ஒரே மனப்போக்குடன் படைக்கவில்லை நாம்.

வெவ்வேறு மனப்போக்குகள் கொண்ட மனிதர்கள் வெவ்வேறு வகையில் வசிஷ்டனின் கருத்தைப் பார்ப்பார்கள். ஆனால், நேர்மையான, அறிவுப்பூர்வமான விளக்கங்கள் மனித சமுதாயத்திற்குக் கிட்டும். அதுவே நமது நோக்கம்.'' த்ரயம்பகன் தொடர்ந்தான். ''வசிஷ்டன் இப்போது எடுக்கப் போகும் பிறவியில் தன்னுடைய அறிவுக் கூர்மை, நேர்மை ஆகியவற்றை அப்படியே பெற்றிருப்பான். மற்றபடி அவனும் ஒரு மனிதனாகவே இருப்பான்.''

''வசிஷ்டன் தன் பூவுலகப் பிறவியில் உண்மையான பிராமணன் ஒருவனைச் சந்திக்கும் வரையில், தான் வசிஷ்டன் என்பதையும் உணர மாட்டான். வசிஷ்டன் பூவுலகில் பிறந்து, பிரும்மோபதேசம் பெற்று உண்மையான பிராமணனைத் தேடி, அப்படி ஒருவனைச் சந்தித்த வினாடியில் — அந்த கண நேரத்தில் நமது ஆனந்த தாண்டவம் இங்கே நடக்கும். அதன் ஒலி வசிஷ்டனின் செவிகளில் விழும். பூவுலகில், வேறு பெயருடன் வாழப் போகும் வசிஷ்டனுக்கு, அந்த வினாடி நேரத்தில், 'தானே வசிஷ்டன்' என்பது புரியும். அந்த நேரமே வசிஷ்டன் தேவலோகம் திரும்புவான், முதலில் இப்போது வசிஷ்டன் இங்கிருந்து மறைந்து பூவுலகில் பிறப்பான்!''

பரமசிவன் இப்படிப் பேசி முடித்ததும், கைலாயமே மனித சமுதாயத்திற்கு மங்களம் அருள மனமுவந்து நின்றது.

கல்பக மரங்களுக்கிடையே மகரிஷிகள் அமர்ந்து வேதம் ஓதினார்கள்.

விநாயகர் உவகை பொங்க, உரக்க வீரிட அந்த ஒலியைக் கேட்டு குகனுடைய மயில், 'மேகக் கூட்டத்தின் சப்தம்' என எண்ணி தோகை விரித்து ஆனந்த நடனம் ஆடியது.

அடிபணிபவர்களின் கவலைகளை அகற்றுவதும், பதினாயிரம் சூரியன்களையும் தனது ஒளியால் பழிப்பதுமான பரமன் கைக் கோடாலி, சுடர் விட்டு பிரகாசித்தது.

பகைவரின் மார்பாகிய சாணைக் கல்லில் தீட்டிப் பதம் பெற்றதும், பாபத்தை அகற்றுவதும், சிவன் திருமலரடிகளைச் சேவிக்கும் இயல்புடையோரைக் காப்பதுமான சிவன் கை சூலம் நிமிர்ந்து நின்றது.

பரமன் உள்ளத்திற்கு மகிழ்வூட்ட, அவன் கையில் மான் உருவங் கொண்டு அடைக்கலமாகியிருக்கும் வேதம் துள்ளி விளையாடியது.

கைலயங்கிரியின் உயர்ந்த சிகரத்தையும் தோற்கடிக்கும் வெண்மையான திமிலை உடைய பரமசிவனின் வாகனம் ஆகிய விருஷப ராஜன், தன் உடலைச் சிலிர்த்துக் கொண்டான்.

எல்லா இடையூறுகளையும், தகர்த்தெறிந்து அகற்றுவோன், யானை முகத்தோன், விநாயகன், கருணை முகம் காட்டினான்.

க்ரௌஞ்ச மலையைப் பிளந்தோன், சம்சார சாகரத்தில் விழுந்தவர்களைக் கரையேற்றுபவன், தாரகனை வென்ற முருகப் பெருமான் புன்முறுவல் பூத்தான்.

இமவானுக்குப் புதல்வியாகப் பிறந்து, பரமனை வணங்கி, அவனையே நாயகனாகப் பெற்றவள், தன்னைத் துதிப்பவர் களின் ஸ்துதிகளையே நெய்யாகக் கொண்டு, அவர்களுடைய அச்சங்களையெல்லாம், பஞ்சை அக்னி எரிப்பது போல் எரித்து விடுவதால் தீ போன்றவள், நன்மைகளைப் பொழிவதால் மேகம் போன்றவள், அந்த ஆதிபராசக்தி, மாகாளி, மகாதேவி, அன்னை பார்வதி, இப்போது பூவுலகைப் பார்த்து அருள் மழை பொழிந்தாள்.

வசிஷ்டன், பூவுலகில் பிறந்தான். நாதனுக்கு மகன் பிறந்தான். வசுமதி அசோக்கைப் பெற்றெடுத்தாள்.

ஆம்! நாதனின் மகன் அசோக், பரமசிவனின் ஆணைப் படி வசிஷ்டர் எடுத்த பூவுலகப் பிறவிதான். 'பூவுலகில் அவ

னுக்குப் பிரும்மோபதேசம் நடந்த பின், வசிஷ்டன் ஞானத்தை நாடுவான் — பிராமணனைத் தேடுவான் — விளக்கங்களைச் சமூகத்திற்குக் கொடுப்பான் — பிராமணன் ஒருவனைச் சந்திக்கும் போது என் ஆனந்த தாண்டவம் நடக்கும் — வசிஷ்டன் தான் யார் என்பதை உணர்வான் — தேவலோகம் திரும்புவான்' என்று ருத்ரன் அருளியிருந்ததால்தான், இப்போது அசோக்கின் உபநயனத்தை விஸ்வாமித்திரரும், நாரதரும் ஆவலோடு எதிர்பார்த்தார்கள். உபநயனத்தின் போது தானே அசோக்கிற்கு பிரும்மோபதேசம் நடக்கும்? அதன் பின் தானே, அவன் தன் பிறவியின் காரியத்தையே தொடங்குவான்? இந்த ஆவலில்தான் அவர்கள் அவனுடைய உப நயனத்தை எதிர்பார்த்தார்கள்.

பரமனோ பொறுமையாக இருங்கள் என்று கூறினான். நாரதருக்கு திடீரென்று ஒரு சந்தேகம் தோன்றியது.

''ஈஸ்வரா! அறிவும் நேர்மையும் கொண்டு, பிரச்னைக்கு விளக்கம் கண்டு, மனித சமூகத்திற்கு அருள வேண்டும் என்ற காரியத்திற்கு நீங்கள் ஏன் வசிஷ்டரை அனுப்பினீர்கள்? ஏன் விஸ்வாமித்திரரை அனுப்பவில்லை? அவர் என்ன அறிவிலோ, நேர்மையிலோ வசிஷ்டருக்குச் சளைத்தவரா?'' என்று தன்னால் ஆனதைக் கூறிவைத்தார் நாரதர்.

''நாரதா! உன் கலகத்தின் பயனை நீயே பொறுத்திருந்து பார். விஸ்வாமித்திரன் பூவுலகிற்கு அனுப்பப்பட மாட்டான் என்பது உனக்கு நிச்சயமாகத் தெரிந்த விஷயமா?'' என்று பரமன் கேட்ட போது, உமையவள் உட்பட கைலயங்கிரியே ஒரு கண நேரம் அசைவற்று நின்றது போல் ஒரு தோற்றம்.

அசோக்கின் உபநயனம் பூவுலகில் நடந்து கொண்டிருந்தது.

7

அசோக்கின் உபநயனத்திற்கு, ஒரு கல்யாணத்தை விட விமரிசையாக ஏற்பாடுகள் செய்யப்பட்டிருந்தன. விருந்தினர்களும் ஏராளம். நீலகண்டனின் தலைமையில் வரவேற்பு நடந்து கொண்டிருந்தது. 'தானே வசிஷ்டன்' என்பதை உணராத அசோக்கிற்கு நடக்கவிருந்த அந்த உபநயனத்தை, 'அவன் தான் வசிஷ்டன்' என்பதை உணர்ந்திருந்த நாரதரும், விஸ்வாமித்திரரும் மேலுலகத்திலிருந்து ஆவலோடு பார்த்துக் கொண்டிருந்தார்கள்.

உபநயனத்திற்கு வந்திருந்த விருந்தாளிகளில் அயல்நாட்டினரும் கூட சிலர் இருந்தார்கள். அதில் எட்ரிச் என்ற ஒருவர், எல்லாவற்றையும் தெரிந்து கொள்ள வேண்டும் என்ற துடிப்புள்ளவர். நாதன் உபநயன அழைப்பிதழைக் கொடுத்த தினத்திலிருந்தே எட்ரிச், ''உபநயனம் என்றால் என்ன?'' என்று நாதனைத் துளைக்க ஆரம்பித்து விட்டார்.

நாதனால் ''உபநயனம் என்றால் கிராஸ் த்ரெட்... குறுக்கு நூல்... பூணூல் போட்டுக் கொள்வது'' என்று மட்டுமே சொல்ல முடிந்தது.

ஆனால் எட்ரிச், மேலும் மேலும் உபநயனத்தைப் பற்றி நாதனிடம் கேள்விகள் கேட்டுக் கொண்டே இருந்தார். அவருடைய ஆர்வத்தைத் தவிர்க்க இயலாத நாதன், ''இதெல்லாம் எனக்குத் தெரியாது! பூணூல் போடுவது வழக்கம், போடுகிறோம். அவ்வளவுதான். இதற்கு எல்லாம் அர்த்தம் தெரிந்தவர் மகாதேவ பாகவதர் என்று ஒருவர் இருக்கிறார். உபநயன தினத்தன்று அவரை உங்களுக்கு அறிமுகம் செய்து வைக்கிறேன். அவரிடம் கேட்டுத் தெரிந்து கொள்ளுங்கள்'' என்று கூறியிருந்தார்.

இன்று உபநயனம் ஆரம்பிப்பதற்கு முன்பாகவே, அந்த ஆங்கிலேயர் எட்ரிச் வந்து விட்டார். மகாதேவ பாகவதர்

அவர் அருகில் அமர்ந்து, தன்னுடைய ஆங்கில அறிவை வைத்துக் கொண்டு, எட்ரிச்சிற்கு உபநயனத்தைப் பற்றி ஒரு பெரிய விளக்கமே கொடுத்துக் கொண்டிருந்தார். ''உபநயனம் என்றால் சமீபத்தில் அழைத்துச் செல்வது என்று அர்த்தம்'' என்று ஆரம்பித்தார் பாகவதர்.

''யாரிடம் யாரை அழைத்துச் செல்வது?'' என்று கேட்டார் அந்த அயல் நாட்டவர்.

''மாணவனை குருவினிடம் அழைத்துச் செல்வது என்று ஒரு அர்த்தம். 'மாணவனை காயத்ரி என்னும் ப்ரும்மத்தினிடம் அழைத்துச் செல்வது' என்றும் ஒரு அர்த்தம் உண்டு என்று கூறுவார்கள். பொதுவாக பூணூல் போட்டுக் கொள்ளும் சிறுவனை குரு, சிஷ்யனாக ஏற்றுக் கொள்ளும் நிகழ்ச்சிதான் இது. இதுவரை அந்தச் சிறுவன் இஷ்டமானபடி சாப்பிடலாம். உடுக்கலாம். உறங்கலாம். உபநயனம் ஆனவுடன், 'நீ பிரம்மச் சாரியாகி விட்டாய்' என்று கூறி குரு அவனுக்குச் சில நியமங் களை உபதேசிப்பார். உபநயனம் என்பது மறு பிறவி போன்றது. இப்பிறவியில் குருவே தந்தை. காயத்ரியே தாய்.''

''தந்தையே, தன் மகனுக்கு உபநயனம் செய்விக்க அதிகாரம் உடையவர் என்று நேற்று ஒருவர் சொன்னார். உண்மைதானா?'' என்று கேட்டார் அந்த அயல் நாட்டுக்காரர்.

''ஆமாம், உபநயனத்தில் ப்ரும்மோபதேசம் என்று கூறப் படும் காயத்ரி மந்திரத்தை உபதேசம் செய்து வைப்பதுகூட தந்தைதான்!''

''மிஸ்டர் நாதனுக்கு உபநயனம் என்றாலே என்ன என்பது தெரியவில்லையே. காயத்ரி மந்திரமோ, அதன் அர்த்தமோ அவருக்குத் தெரியுமா?'' என்ற சந்தேகத்தை எழுப்பினார் எட்ரிச்.

''மந்திரம் ஒரு வேளை தெரிந்திருக்கும். அர்த்தம் தெரியுமா என்பது சந்தேகம்தான்.''

"பின், அவர் எப்படி தனக்கே அர்த்தம் தெரியாத ஒன்றைத் தன் மகனுக்கு உபதேசம் செய்யப் போகிறார்."

"மந்திரத்தைப் புரோகிதர் சொல்லுவார். அதைக் கேட்டு தந்தை அப்படியே தன் மகனிடம் சொல்வார். இதுதான் இன்றைய வழக்கம்…"

"அது போதுமா?"

"போதும் என்று எப்படிச் சொல்ல முடியும்? மந்திரங் களின் அர்த்தங்களைத் தெரிந்து கொண்டு, கர்மங்களைச் செய்தால்தான், அவை உண்மையான பயனளிக்கும். ஆனால், இதைக் கண்டிஷனாகப் போட்டால் உபநயனமே நடக்காது. தந்தை, உபநயனத்தின் போது எவ்வளவோ மந்திரங்களைச் சொல் கிறார். ஒவ்வொன்றுக்கும் அவன் அர்த்தம் புரிந்து கொண்டு சொல்ல வேண்டும் — என்று நிர்ப்பந்தம் செய்தால், இன்றைய நாகரிக உலகில் அது சாத்தியமல்ல. ஏதோ, இந்த வகை, உப நயனம் என்று ஒன்று நடத்துகிறார்களே என்று நான் சந்தோஷப் பட்டுக் கொள்கிறேன்" என்றார் பாகவதர்.

"அர்த்தமே தெரியாமல் செய்யப்படும் காரியம், எந்த விதத்தில் பயனளிக்கும் என்பது எனக்குப் புரியவில்லை" என்றார் எட்ரிச்.

"உண்மைதான். மந்திரங்களின் அர்த்தத்தையே புரிந்து கொள்ளாமல் உபதேசம் செய்தால், அது ஒரு குருடனுக்கு மற் றொரு குருடன் வழி காட்டுவது போல்தான். அதனால்தான், குறைந்த பட்சம், 'காயத்ரி மந்திரத்தை உபதேசம் செய்யும் தந்தை, பிழையின்றி அபஸ்வரம் இன்றி காயத்ரியை உப தேசிப்பதற்கு, உபநயனத்திற்கு முன் சில நாட்களாவது நன் றாகப் பழகிக் கொள்ள வேண்டும்' என்று என் போன்றவர்கள் கூறிக் கொண்டிருக்கிறோம். காயத்ரியை விட சிறந்த மந்திரம் இல்லை. அது பரப் ப்ரும்ம ஸ்வரூபம். ஆதலால்தான் காயத்ரி

உபதேசத்தை வேறு எந்தப் பெயராலும் அழைக்காமல் 'ப்ரும்மோபதேசம்' என்று கூறுகிறார்கள். அம்மந்திரத்தில் உள்ள ஒவ்வொரு எழுத்தும் மிகச் சக்தி வாய்ந்தது. அந்தச் சக்தி சிஷ்யனுக்கு அருளப்படுகிறது. சாதாரண எலெக்ட்ரிக் கரண்ட் சக்திக்கே இன்ஸுலேஷனுக்காக, கம்பியின் மேலே துணி, பிளாஸ்டிக் ஏதாவது சுற்றுகிறோம். அது போலத்தான் மிகச் சக்தி வாய்ந்த காயத்ரி மந்திரம் உபதேசிக்கப்படும் போது — மேலே பட்டு அதாவது ப்ரும்மோபதேசம் நடக்கும் போது — மேலே பட்டு வஸ்திரத்தால் மூடிக் கொள்ளப்படுகிறது. அர்த்தம் புரிந்து கொண்டுதான் செய்ய வேண்டும் என்று நிர்ப்பந்தம் செய்தால் சுபகாரியமே நின்று விடும், அர்த்தம் தெரியாவிட்டாலும் ஏதோ ப்ரும்மோபதேசம் நடந்ததே என்று கடவுள் அருள் புரிவான் என்று நம்புகிறோம்.''

''நானா இருந்தால், தான் பேசுவதன் அர்த்தம் தனக்கே தெரியாமல் ஒருவன் என்னிடம் பேசினால், அவனுக்கு எந்த விதமான கருணையும் காட்ட மாட்டேன்'' என்றார் எட்ரிச்.

''கடவுள் உங்களைவிடக் கொஞ்சம் கருணையுள்ளவராக இருப்பார் என்று நான் நம்புகிறேன்.''

பாகவதர் இப்படிக் கூறியவுடன் எட்ரிச் சிரித்தார். அதற்குப் பின் அந்த அயல் நாட்டவர் கேட்டார்: ''நான் அந்தப் பூணூலைப் பார்த்தேன். மூன்று நூல்கள் இருக்கின்றனவே, ஏன்?''

பாகவதர் விளக்கினார். ''ஸத்வம், ரஜஸ், தமஸ் என்ற மூன்று குணங்களின் அடையாளங்களாக அந்த மூன்று நூல்கள் இருக்கின்றன. ஸத்வம், ரஜஸ், தமஸ் என்று மூன்று குணங்களை ஒளி, சக்தி, அறியாமை என்றும் சொல்லலாம். அல்லது தெய்வ, மனித, மிருக குணங்கள் என்றும் கூறலாம். இதைத் தவிர ஒரு மனிதனுக்கு மூன்று விதமான கடன்கள் இருக்கின்றன. தன்னுடைய காலம் சென்ற முன்னோர்கள், ரிஷிகள்,

கடவுள் இவர்களுக்குச் செலுத்த வேண்டிய பக்தியாகிய அந்த மூன்று கடன்களையும் கூட இந்த மூன்று நூல்கள் நினைவு படுத்துகின்றன. பூணூலை மாணவனுக்கு அணிவிக்கும் போது, அம்மாணவனுக்குப் பலம், அறிவு, நீண்ட ஆயுள் இம்மூன்றும் கிடைக்க வேண்டும் என்று வேண்டப்படுகிறது. அதையும் இந்த மூன்று நூல்கள் குறிப்பதாகவும் எடுத்துக் கொள்ளலாம்.''

''பூணூலில் முடிச்சுப் போட்டிருக்கும் மான் தோல் எதற்கு?''

''ஆன்மீக வழியிலும், அறிவிலும் உன்னத நிலையை எடுத்துக் காட்ட.''

''மூன்று இழை ஓலை தயார் செய்து வைக்கப்பட்டிருக் கிறதே, அது எதற்கு?'' எட்ரிச்சின் ஆர்வம் தொடர்ந்தது.

''அது ஓலையல்ல, மூன்று இழை தர்ப்பை. அதை 'மேகலை' என்று கூறுகிறோம். அது மாணவனின் இடுப்பில் சுற்றப்படும். மூன்று வேதங்களால் அவன் சூழப்பட்டிருக் கிறான் என்பது பொருள். மேகலை என்றால் நம்பிக்கையின் மகள். ரிஷிகளின் சகோதரி, தூய்மையைக் காப்பாற்றுபவள். தீமையை விரட்டுபவள். இதைத் தவிர ஒரு பலாசக்கழியை யும் பார்த்திருப்பீர்கள். அது உபநயனம் ஆகும் பையனுக்குக் கொடுக்கப்படும் போது, அவன் வேதங்களுக்குக் காவலாக நிற்கிறான் என்று அர்த்தம். அச்சிறுவன் சூரியனைப் பார்க்கும் படி கூறப்படுவான். சூரியனிடமிருந்து தவறாமல் தன் கட மையைச் செய்யும் தன்மையையும், ஒழுங்கு முறைகளையம், கட்டுப்பாடுகளையும் கற்றுக் கொள்ள வேண்டும். சூரியனைப் பார்த்து நல்ல குணங்களை அளிக்குமாறு வேண்டிக் கொள்ள வேண்டும். இதற்காகவே உபநயனம் செய்விக்கப்படும் பையன் சூரியனைப் பார்க்கிறான். ஒரு கல்லின் மீது அச்சிறுவன் ஏறி நிற்பான். அவன் கல் போன்ற உடல் வலிமையைப் பெற

வேண்டும். கல் போன்ற மன உறுதியைப் பெற வேண்டும் என்பதற்கு அடையாளம் அது.''

இதையெல்லாம் கேட்டுக் கொண்ட எட்ரிச், சிறிது யோசித்துக் கொண்டிருந்தார். பிறகு பாகவதரைப் பார்த்து, ''நீங்கள் சொன்னதையெல்லாம் மனதில் வாங்கிக் கொண் டேன். ஒரு சந்தேகம். இதையெல்லாம் இப்படித்தான் இந்த முறையில்தான் செய்தாக வேண்டும் என்று எங்கு எழுதி வைத்திருக்கிறது?'' என்று கேட்டார்.

பாகவதர் சொன்னார்: ''ஸ்மிருதிகள் நிறைய இருக் கின்றன. ரிஷி ஒருவரல்ல, பல ரிஷிகள் இருந்திருக்கிறார்கள். ஒரே ஒரு ஸ்மிருதி இருந்திருந்தால், அதில் சொன்னபடி காரி யங்களைச் செய்து விடலாம். ஒரே ஒரு ரிஷி இருந்திருந்தால், அவர் சொல்லையே ஆணையாக ஏற்றுக் கொண்டு விடலாம். மொத்தத்தில் தர்மத்தின் தத்துவமே குகையில் மறைத்து வைக்கப்பட்டது போல் ரகசியமாக இருக்கிறது. இந்த நிலை யில் 'பெரியவர்கள் எந்தப் பாதையில் சென்றனரோ, அதுவே நாம் செல்ல வேண்டிய பாதை' என்று ஏற்றுக் கொண்டு விடு வது தான் சிறந்த வழி. மொத்தத்தில் உபநயனம் நடந்த பிறகு ஒருவன் பிரம்மசாரியாகிறான். ஒரு குருவினிடம் மாணவ னாகப் போய்ச் சேருகிறான். ஒரு மாணவனுடைய வாழ்க்கை யில் எவ்வளவு ஒழுங்கும், கட்டுப்பாடும் இருக்க வேண்டும் என்பது பிரம்மச்சாரிகளுக்கு விதிக்கப்பட்டிருக்கும் கட்டளை யிலேயே இருக்கின்றன. ஆபஸ்தம்ப மகரிஷி சொல்கிறார்: 'ஒரு பிரம்மச்சாரி பகலில் தூங்கக் கூடாது. வாசனைப் பொருட் களை உபயோகிக்கக் கூடாது. பெண்களுடன் நெருங்கிப் பழகக் கூடாது. உடலை அழகுபடுத்துவதில் ஆசை கொள்ளக் கூடாது. படபடப்பில்லாதவனாகவும், அடக்கம் உள்ளவனாகவும், தன்னைப் பற்றிப் பேசிக் கொள்ள வெட்கப்படுபவனாகவும், உறுதியான நெஞ்சம் படைத்தவனாகவும், சோர்வு, கோபம்,

பொறாமை இவை இல்லாதவனாகவும் இருக்க வேண்டும். வேதக் கல்வியில் காலெடுத்து வைக்கும் பிரம்மச்சாரிக்கு, இம்மாதிரி கட்டளைகள் அந்தக் காலத்திலேயே விதிக்கப்பட்டிருப்பது ஆச்சரியமில்லையா? இன்றைய மாணவர்களிடம் நாம் பார்க்கும் கெடுதல்களையெல்லாம் தவிர்க்கும் வழியை அந்தக் காலத்திலேயே சொல்லியிருக்கிறார்களே?'' என்று பாகவதர் கூறிக் கொண்டிருந்தார்.

அப்போது வசுமதி அங்கே வந்தாள். சரளமான ஆங்கிலத்தில் அந்த ஆங்கிலேயரிடம், ''என்ன? பாகவதர் ஏதாவது கதை அளந்து கொண்டிருக்கிறாரா?'' என்று சிரித்துக் கொண்டே விசாரித்தாள்.

எட்ரிச், ''அவர் சொல்வதையெல்லாம் கேட்க எனக்கு மிகவும் சுவாரஸ்யமாக இருக்கிறது'' என்று கூறிக் கொண்டேயிருக்கும் போது, நாதன் வருவதைப் பார்த்த அவர் முகத்தில் ஒரு புன்சிரிப்பு தவழ்ந்தது.

''மிஸ்டர் நாதன்! உங்களை எப்போதும் ஃபுல் சூட்டில் பார்த்துத்தான் எனக்குப் பழக்கம். இந்த உடையில் பார்ப்பது விநோதமாக இருக்கிறது'' என்று பஞ்சகச்சு வேஷ்டி கட்டிக் கொண்டு, மேலே திறந்த உடலுடன் வந்த நாதனைப் பார்த்துக் கூறினார் அந்த ஆங்கிலேயர்.

நாதனுக்கும் மிகவும் சங்கோஜமாகப் போய் விட்டது. ''இந்த வேஷம் கொஞ்ச நேரம்தான். என்ன செய்வது? இந்த மாதிரி வேஷம் போடா விட்டால், பாகவதர் போன்றவர்கள் வருத்தப்படுவார்களே! இந்த மாதிரி சில வேண்டாத பழக்கங்கள் எங்கள் சமூகத்தில் வேரூன்றி விட்டன'' என்று குறைபட்டுக் கொண்டார் நாதன்.

அதற்குள் வசுமதி, 'எங்கே அந்த அயல் நாட்டவருக்கு, தன் கணவன் நாதனுக்கு இப்படி அநாகரிகமான பஞ்சகச்சத்தை